புரியாத அர்த்தங்கள்

முதற்பதிப்பு: 2023

First Edition: 2023

Puriyatha Arthangal

புரியாத அர்த்தங்கள்

Vaasanthi

வாஸந்தி

ISBN: 978-93-95277-74-7

Pustaka
EBooks | Audiobooks | Paperback

Pustaka Digital Media Pvt. Ltd.
#7-002, Mantri Residency,
Bannerghatta Main Road, Bengaluru - 560 076
Karnataka, India
+91 7418555884

புரியாத அர்த்தங்கள்

வாஸந்தி

Pustaka
EBooks | Audiobooks | Paperback

1
அத்தியாயம்

ஜன்னல் வழியே ஊதா நிற போகன்வில்லா தெரிந்தது. ஊதாவுக்கிடையில் நளினியின் நீல நிற ஸ்கூல் பஸ் தெரிந்தது. அது, முனை திரும்புகிறவரை பார்த்துவிட்டு மாலதி குளிக்கச் சென்றாள்.

குளிர்ந்த நீரை மொண்டு மொண்டு விட்டுக்கொள்கையில் அப்பாவின் ஞாபகம் வந்தது; இரண்டு மாதங்களாகத் தினமும் இந்த நேரத்துக்கு வருகிறது. வந்து, இரவு படுக்கும் வரை ஒரு மெல்லிய புகைமூட்டமாய் நெஞ்சை ஆக்கிரமிக்கிறது. அவளுள் ஏற்பட்டுப்போன சூன்யத்தை நினைவு படுத்துகிற மாதிரி...

'நா குழந்தையை பஸ்ஸ்டாப்புக்கு அழைச்சுண்டு போறேன் மாலு, நீ உன் வேலையைப் பாரு!'

இரண்டு மாதங்களுக்கு முன் வரை அப்பா தினமும் சொல்லிக் கொண்டிருந்த வார்த்தைகள்.

அவள் அவசரமாகத் தன்னை சமாளித்துக்கொண்டு நீரை மொண்டு மொண்டு விட்டுக்கொண்டாள். இப்பொழுதெல்லாம் கண்ணில் நீரே வருவதில்லை நல்ல வேளையாய்; அப்பாவின் டிரெயினிங்கோ, எதிர்ப்பட்ட அதிர்ச்சிகளைத் தாங்கித் தாங்கி மனசு ஷாக் அப்ஸார்பராகப் போய்விட்ட காரணத்தாலோ...

"கந்தனென்ற பெயரானிடங் காதல் கொண்டேன் தோழி..."

அத்தையின் குரல் கணீரென்று ஒலித்தது. பெங்களூர் ரமணியம்மாள் சாயலில் ஒரு உற்சாகம் கொப்புளித்தது.

கூப்பிட்டவுடன் கிராமத்திலிருந்து வந்த அத்தையும், அதிக நாள் இங்கு இருப்பாள் என்று நிச்சயமில்லை. "டில்லி குளிரு எனக்குத் தாங்குமாடி" என்று இப்பொழுதிருந்தே பலக்க சந்தேகப்படுகிறாள். கோவில், குளம், பஜனை என்று பழக்கப்பட்ட அத்தைக்கு, அருளில்லாத இந்த நகரத்தில் எப்படி ஒட்டும்? அத்தையும் கிளம்பிப்போய்விட்டால் என்ன செய்யப்போகிறோம்?

லேசாகக் கஞ்சி போடப்பட்ட கைத்தறிப் புடவையைக் கட்டிக்கொண்டு, கண்ணாடியின் முன் நின்றபோது, குளித்துவிட்டு வந்திருந்த உடம்பு தகதகத்தது. கன்னங்களில் இளம் சிவப்பு மினுமினுத்தது. திருத்தமான புருவங்களுக்கிடையே அவள் ஒரு சின்னச் சாந்துப் பொட்டை இட்டுக் கொண்டாள்.

"தன்னந்தனியானவற்கு துணையாவான் தோழி
தன்னை யற மறந்தாரையும் தான் மறவான் தோழி"

அவள் மெல்லிய புன்னகையுடன் சமையலறைக்கு விரைந்தாள்.

சமையல் மேடையில் ஒரு கையால் தாளம் போட்டுக்கொண்டு, இன்னொரு கையால் அடுப்பில் எதையோ கிளறிக்கொண்டிருந்த அத்தையைப் பார்க்க வேடிக்கையாக இருந்தது.

"இப்போதைக்கு நீங்க என்னை மறக்காம இருந்தா போதும் அத்தே!"

அத்தை, பாட்டை நிறுத்தி, அவளைப் பார்த்துச் சிரித்தாள்.

"சமையல் ரெடி, வா!"

அருகிலிருந்த மேஜைமேல் எல்லாவற்றையும் சுறுசுறுப்புடன் வைத்தபடியே,

"நல்ல தெல்லாந் தன்னிடத்தே கொண்டவன்டி தோழி" என்று பாடினாள்.

"இந்தப் பாட்டு தான் எனக்கு மருந்து தெரியுமோ?" என்றாள்.

"ஸைக்கோத்தெரப்பிம்பா இங்கிலீஷ்லே!"

"அது என்னவோ எனக்குத் தெரியாது. அது மாத்திரம் இல்லேன்னா எனக்குப் பைத்தியம் பிடிச்சுப் போயிருக்கும்!"

"நா இப்ப வேலைக்குப் போற மாதிரி!"

அத்தை பதில் ஏதும் சொல்லாமல், சற்று நேரம் யோசனையுடன் பரிமாறினாள்.

"நீ வேலைக்குப் போறது அத்தனை சுலபமா எனக்குத் தோணல்லே!"

மாலதி சிரித்தாள்.

"வேலை செஞ்சாத்தான் சம்பளம் கிடைக்கும் அத்தே!"

"நீ வேலைக்குப் போறதே அனாவசியம்" என்று தனது வழக்கமான பல்லவியை அத்தை ஆரம்பித்தபோது, மாலதி கைப்பையைத் தூக்கிக்கொண்டு கிளம்பினாள்.

"எனக்கு இங்கே இருக்கிறது கஷ்டம் என்கிறதுக்காக நா சொல்லல்லே மாலு!"

"எனக்குப் புரியறது அத்தே, ஆனா தஞ்சாவூர்லே உக்காந்துண்டு என்னாலே வெட்டிப் பொழுதுபோக்க முடியாது. நல்ல ஆளாத் தேடிண்டிருக்கேன். குளிர்காலம் ஆரம்பிக்கறதுக்குள்ளே உங்களை அனுப்பிச்சுடறேன்."

"எந்த ஆளை இந்தக் காலத்திலே நம்ப முடியும் மாலு?"

"யாரையாவது நம்பறதைத் தவிர எனக்கு வேற வழியில்லே!"

அவள் கிடுகிடுவென்று படி இறங்கி பஸ்ஸ்டாப்புக்கு விரைந்தாள்.

ஆபீஸில், தெரிந்தவர்களிடமெல்லாம், 'வேலைக்கு ஆள் வேண்டும்' என்று சொல்லியாகிவிட்டது. இதுவரை யாரும் கிடைத்தபாடில்லை. குளிர்காலம் ஆரம்பிப்பதற்குள், யாராவது கிடைத்தால், அத்தையை, நிம்மதியாக, தஞ்சாவூருக்கு அனுப்பிவிடலாம்.

ஆபீஸ் செல்பவர்களுக்கான ஸ்பெஷல் பஸ்ஸில் எல்லோருமே அவரவர் யோசனைகளுடன் மௌனமாக அமர்ந்திருந்தார்கள்,

தங்கள் பாரத்தை தாங்களேதான் சுமக்கவேண்டும் என்று நிச்சயித்துக் கொண்டாற்போல.

'நானும் அப்படி நிச்சயித்துக் கொள்ள வேண்டிய நேரம் வந்துவிட்டது' என்று அவள் தனக்குள் சொல்லிக்கொண்டாள்.

'நா இருக்கேம்மா, நீ எதுக்குக் கவலைப்படறே?' என்று சர்வ நிச்சயமாய்ச் சொன்ன அப்பாவே பொசுக்கென்று முன்னறிவிப்பில்லாமல் ஏமாற்றி விட்டார்...

ஆபீஸ் கட்டடத்தை அடைந்ததுமே பழைய யோசனைகள் எல்லாம் மெல்ல விலகின, இது வேறு உலகம் என்கிற பிரக்ஞையில்.

"ஹலோ மாலதி!" என்று பெரிய புன்னகை செய்தாள் டைப்பிஸ்ட் ரேகா மல்ஹோத்ரா. தோள் வரை விரிந்திருந்த கூந்தல் மருதாணி சிவப்பில் பளபளத்தது.

"ஹல்லோ மிஸஸ் மல்ஹோத்ரா நேற்று ஏன் நீங்கள் ஆபீஸுக்கு வரவில்லை?"

"என் பிள்ளைக்கு ஜுரம். இன்றும் இருக்கிறது. என் கணவர் லீவெடுத்துக் கொண்டிருக்கிறார். வீட்டில் யாரும் துணைக்கில்லாமல் நாங்கள் மாற்றி மாற்றி ட்யூட்டி பார்க்கிறோம்!"

"என் அத்தை ஊருக்குப் போய்விட்டால், நான் ஒருத்தியேதான் ட்யூட்டி பார்க்கவேண்டும் மிஸஸ் மல்ஹோத்ரா!"

"துணையைத் தேடிக்கொள் என்றால் நீதான் பேசாமலிருக்கிறாய்!"

மாலதி பதிலே சொல்லாமல் தன் இருப்பிடத்திற்குச் சென்றாள்.

இவர்கள் எல்லாம் எத்தனை சுலபமாக விடைகள் தருகிறார்கள்! பிரச்னை அவர்களைப் பாதிப்பதாக இருந்தால் இத்தனை சரளமாகத் தீர்த்துவிடுவார்களா?

மேஜையின் மேல் புதிதாக லைப்ரரிக்கு வந்திருந்த புத்தகங்கள் ஒரு ஓரமாக வைக்கப்பட்டிருந்தன. தன் யோசனைகளைப் பலவந்தமாக அப்புறப்படுத்திவிட்டு, அன்றைக்கு எடுக்கவேண்டிய

குறிப்புகளுக்காகத் தன்னை ஆயத்தப்படுத்திக் கொள்கையில், லைப்ரரியில் அங்கங்கே உட்கார்ந்திருந்த ஆண்களின் பார்வை தன்மேல் பதிந்திருப்பதை அவள் உணர்ந்தாள். அன்றாடம் நிகழும் இந்த நிகழ்ச்சிக்குப் பழக்கப்பட்டு, கிட்டத்தட்ட மரத்துப் போன அலட்சியத்துடன் அவள், வந்திருந்த புத்தகங்களைப் பிரித்தாள்.

அந்த்வான் ஸெயின்த் எக்ஜுபரியின் 'குட்டி இளவரச'னின் ஆங்கில மொழிபெயர்ப்பு இருந்தது. ஆசிரியரே வரைந்திருந்த சித்திரத்தில் அவள் லயித்திருக்கையில்,

"குட் மார்னிங்!" என்று குரல் கேட்டது.

எதிரில் ப்ரொஃபஸர் சர்மா நின்றிருந்தார், வசீகரமான சிரிப்புடன். அவளுள் ஒரு சின்ன மகிழ்ச்சி ரேகை பரவிற்று.

"குட் மார்னிங்!" என்று அவள் புன்னகைத்து மெல்லிய குரலில் சொன்னபோது, "யூ ஆர் ப்யூட்டிஃபுல்!" என்றார் சர்மா மிருதுவாக.

அவளுக்கு மட்டும் காது கேட்கிறாற்போல் வருடிய வார்த்தைகள் கன்னங்களில் செம்மையேற்றின.

வடக்கத்திக்காரர்களுக்குப் பெண்களின் அழகைப் பாராட்டுவதில் எந்தவித மனக்கூச்சமும் கிடையாது என்ற அனுபவ உணர்வில் அவள் சிரித்தபடி,

"தாங்க்யூ, உட்காருங்கள்" என்றாள். உட்கார்ந்து இரண்டு முழு வினாடிகள் சர்மா அவளை மேலும் கீழுமாகப் பார்த்தார். பார்வையில் அப்பட்டமான ஆர்வம் தெரிந்தது.

"எப்படியிருக்கிறீர்கள்? பதினைந்து நாளாக நான் லைப்ரரி பக்கம் வரமுடியவில்லை. யூனிவர்ஸிட்டி திறந்துவிட்டதால், இன்றைக்கு உங்களைப் பார்க்க வேண்டும் என்பதற்காகவே வந்தேன். புதிய பிரச்னை ஏதும் இல்லையே, இருந்தால், சொல்லுங்கள். என்னால் உதவ முடியுமா என்று பார்க்கிறேன்."

அவள் சிரித்தாள்.

"ஒரு ப்ரொஃபஸர் தீர்க்கக் கூடிய பிரச்னை இல்லை அது. வீட்டோடு இருக்கும்படியாக ஆள் தேடுகிறேன்; கிடைக்கவில்லை.

என் பெண் ஸ்கூலிலிருந்து மத்தியானம் ஒண்ணரை மணிக்கு வருவாள். அப்பொழுது யாராவது வீட்டில் இருக்கவேண்டும். சாப்பாடு போடவேண்டும். என் அப்பா நான்கு வருஷமாக என்னுடன் இருந்தார் இப்பொழுது அத்தை இருக்கிறாள். ஆனால் அவள் குளிர்காலம் ஆரம்பித்ததும் கிளம்பிப் போய்விடுவாள். நம்பகமான ஆள் யாராவது தெரியுமா உங்களுக்கு?"

சர்மா உல்லாசமாகச் சிரித்தார்.

"ஆளும் தேளும் தெரியாது. ஆனால் சமாளிக்கும் வழி சொல்லத் தெரியும். அத்தையை அனுப்பிவிட்டு என் வீட்டிற்கு வந்து விடுங்கள். நான் பிக்கல் பிடுங்கல் இல்லாத தனி ஆள் வீடு பெரிது. சமையல்காரன் இருக்கிறான்."

இவரது வேடிக்கைப் பேச்சை எந்த அளவுக்கு ரசிக்கலாம் என்று புரியாத திகைப்புடன் அவள் அவரை நிமிர்ந்து பார்த்துப் புன்னகைத்தாள்.

"ப்ரொஃபஸர்களுக்கு யதார்த்தமாக எந்த யோசனையும் சொல்லத் தெரியாது போலிருக்கு!"

சர்மா பதில் ஏதும் சொல்லாமல், மேஜை மேல் இருந்த பேப்பர் வெயிட்டை யோசனையுடன் உருட்டினார். தோளைக் குலுக்கி, அது லைப்ரரி என்கிற உணர்வில், மிக மெல்லிய குரலில் தொடர்ந்தார்.

"வொய் நாட்? நான் சொல்லும் விஷயத்தை நீங்கள் எடுத்துக் கொள்ளும் தினுசில் இருக்கிறது. வாஸ்தவத்தில், உங்களுடன் ஒரு விஷயம் பேச வேண்டும் என்று இன்று வந்தேன். காண்டீனில் டீ சாப்பிட்டபடி பேசலாம் வாருங்கள்."

இந்த மனிதருக்கு என்னுடன் பேச என்ன இருக்கிறது என்கிற தயக்கத்துடன்.

"நான் இன்னும் வேலையே ஆரம்பிக்கவில்லையே" என்றாள்.

"அரை மணியில் வந்து விடலாம், வாருங்கள்."

அவள் "சரி" என்று கிளம்பினாள். ஆறுமாதப் பழக்கத்தில், இவர் பெரிய படிப்பாளி, கௌரவமான மனிதர் என்கிற கணிப்பும் அது ஏற்படுத்தியிருந்த மதிப்பும் அவரிடம் ஒரு விகல்பமில்லாத சிநேக பாவத்தை ஏற்படுத்தியிருந்தன.

தேநீர்க் கோப்பையைக் கையில் ஏந்தியபடி, அவர் மிருதுவாகப் பேசினார்.

"மாலதி, இரண்டு மாதங்களாக, உங்கள் அப்பா இறந்ததும் அதை நீங்கள் தாங்கிக்கொண்ட புத்திசாலித்தனத்தை பார்த்ததிலிருந்து, ஒரு தீர்மானமான எண்ணம் எனக்குள் ஏற்பட்டிருக்கிறது. என்னுடைய எண்ணத்தைப் பிறகு சொல்கிறேன். அதற்கு முன் உங்களைப் பற்றி ஒரு விஷயம் தெரிய வேண்டும். நீங்கள் தைரியமாக இருக்கப் பழகிக்கொண்டிருப்பது எனக்குப் புரிகிறது. ஒன்று மட்டும் புரியவில்லை. உங்களுக்கு சின்ன வயசு. அழகும் படிப்பும் இருக்கிறது. விதவை என்றால் சந்நியாசினியாக இருக்க வேண்டும் என்று நினைக்கிறீர்களா?"

அவள், தன் சங்கடத்தை மறைக்க சிரித்தாள்.

"சந்நியாசினியா? எனக்கு வீடு இருக்கிறது. பெண் இருக்கிறாள். கவலைகளும், ஆசைகளும், எதிர்பார்ப்புகளும்... நிறையவே இருக்கின்றன!"

"ஓ! கமான்" என்று அவர் சிநேகிதமாக அவள் கையைப் பற்றினார்.

"அவை கடமையுணர்வினால் வருவது. உங்களுக்கென்று இச்சைகள் கிடையாதா?"

அவள் மெல்ல, கையை விடுவித்துக்கொண்டாள்.

"இச்சைகள் இல்லாமல் என்ன? அத்துடன் எனக்கு விவேகமும், உண்டு மிஸ்டர் சர்மா!"

"ஆ, கட்டுப்படுத்திக் கொள்கிறீர்கள். அதற்குப் பெயர் விவேகம் இல்லை; கோழைத்தனம்!"

அவர் முகத்தைப் பார்க்கத் தெம்பில்லாமல் அவள் மௌனமாகத் தேநீரைப் பருகினாள். திடீரென்று ஒரு சோர்வு, மனத்தை அழுத்திற்று.

அவர் மீண்டும் தொடர்ந்த போது, குரல் உணர்ச்சி வசப்பட்டிருந்தது.

"உங்களைப் பார்த்த நிமிஷத்திலிருந்து உங்கள் அழகும் அறிவும் என்னைக் கவர்ந்திருக்கிறது. உங்கள் சோகக் கதையைக் கேட்டு அனுதாபம் சுரந்திருக்கிறது. ஆனால் இரண்டு மாதங்களாக என்னைக் கட்டுப்படுத்திக் கொள்ள முடியாத அளவிற்கு ஓர் உணர்வு ஏற்பட்டிருக்கிறது. இந்த மாதிரி ஓர் ஒட்டுதல் எனக்கு எந்தப் பெண்ணிடமும் ஏற்பட்டதில்லை மாலதி!"

இவர் கல்யாணமாகாதவர் என்று அவளுக்குத் திடீரென்று ஞாபகம் வந்தது.

"உங்களுடைய தோழமை எனக்கு வேணும் மாலதி!"

அவளுக்கு மார்பு வேகமாக அடித்துக்கொண்டது. இதுவரை அவளிடம் யாரும் இப்படி உணர்ச்சிகளைக் கொட்டினதில்லை...

"எனக்கு ஐந்து வயதில் ஒரு பெண் இருக்கிறாள் மிஸ்டர் சர்மா!"

"ஐ டோண்ட் மைண்ட்!"

"பட் ஐ மைண்ட்!" என்று அவள் புன்னகைத்தாள்.

"அதனாலேயே மறுமணத்தில் எனக்கு விருப்பமில்லை."

அவளுடைய கையை அவர் மென்மையாக அழுத்தினார்.

"கரெக்ட்! எனக்குத் திருமணத்திலேயே நம்பிக்கையில்லை!"

அவள் திடுக்கிட்டு அவரைப் பார்த்தாள்.

"நாம் திருமணம் செய்து கொள்ள வேண்டிய அவசியமில்லை மாலதி!"

❖❖❖

2 அத்தியாயம்

தீப்பொறிகளாய் அதன் சாராம்சம் உள்ளே இறங்க, சுருசுருவென்று ஒரு ஜ்வாலை கிளம்பியது. அவருடைய கையை விடுவித்து விட்டு அவள் சரேலென்று எழுந்தாள்.

"என்ன இது, எழுந்துவிட்டீர்கள்?" என்று சர்மா ஆச்சரியப்பட்டார்.

அவளுக்குப் பதில் சொல்ல சற்று நேரம் பிடித்தது.

அந்த விசால நெற்றியையும், அறிவுத் தீட்சண்யம் மிக்க கண்களையும் பார்க்கும்போது, அவளுள் ஒரு திகைப்பேற்பட்டது. 'நீங்கள் சொன்ன வார்த்தைகள், என்னை அவமானப்படுத்தும் வார்த்தைகள்' என்று சொன்னால் இவர் புரிந்துகொள்ள மாட்டார்... ஒரு நவயுகப் பெண்ணின் எண்ணங்களில் இத்தனை பத்தாம்பசலித்தனமா என்று பரிகசிப்பார். இது, என் தன்மானப் பிரச்னை என்று இவருக்குப் புரியாது...

"ஸாரி, மிஸ்டர் சர்மா... என்னால் உங்கள் கோரிக்கையை ஒப்புக்கொள்ள முடியாது."

சர்மாவின் முகத்தில் ஏமாற்றம் தெரிந்தது. தோளைக் குலுக்கியபடி எழுந்தார்.

"ஓ.கே. நான் உங்களைக் கட்டாயப்படுத்தப் போவதில்லை. யுக யுகமாய் மனசில் படிந்து போயிருக்கும் பயங்களையும் கட்டுப்பாடுகளையும் விடுவித்துக் கொள்வது கஷ்டம். அதுவும், ஸவுத் இண்டியன்ஸுக்குக் கஷ்டம்."

“எந்தப் பயமும் கட்டுப்பாடும் என்னைக் கட்டுப்படுத்தவில்லை, மிஸ்டர் சர்மா!”

“இதைத் தவிர வேறு காரணம் இருப்பதாக எனக்குத் தோன்றவில்லை.”

சுரீரென்று எழுந்த கோபத்தை அவள் சிரமப்பட்டு அடக்கிக்கொண்டாள்.

“உங்களைப் போன்ற படித்த இளம் பெண்கள் சுதந்திரமாகச் சிந்திக்க வேண்டும்; ஞாபகங்களில் வாழக்கூடாது.”

“ஞாபகங்களில் வாழ்கிறேன் என்று எப்படிச் சொல்கிறீர்கள்?”

“சமுதாய விதிகள் ஏற்படுத்தியிருக்கும் ஞாபகங்களைச் சொல்கிறேன் இருவர் சேர்ந்து வாழ விரும்பினால், சட்டத்தின் அங்கீகாரம் வேண்டும் என்கிற விதியின் ஞாபகம் அதனால்தான், அதில் எனக்கு நம்பிக்கை இல்லையென்றதும் விருட்டென்று, எழுந்துவிட்டீர்கள். சொல்லுங்கள் நாம் இருவரும் சேர்ந்து வாழ ஆசைப்பட்டால், நமக்கு சம்பந்தமில்லாத மூன்றாம் மனிதன் அதற்கு லைசென்ஸ் வழங்குவது அபத்தமில்லை? அதற்குப் பிறகு, நமக்குள் சண்டை சச்சரவு ஏற்பட்டால், நமது குணாதிசியங்களே தெரியாத ஒரு மன்றத்தை நியாயம் கேட்பது அபத்தமில்லை?”

அவள் நிதானமாக அவரை ஏறிட்டுப் பார்த்துச் சொன்னாள்:

“உங்கள் கேள்விகளுக்கு இடமே இல்லை, மிஸ்டர் சர்மா. உங்களுக்கு மனைவியாக வேண்டும் என்று நான் ஆசைப்படவில்லை.”

அவர், தாக்கப்பட்டவர் போல் அவளைப் பார்த்தார். சற்று நிதானித்து, மெல்லிய குரலில் சொன்னார்.

“ஓ யெஸ், யூ ஆர் ரைட் ஐ ஆம் ஸாரி. நான் சொன்னதை மறந்து விடுங்கள். நாம் எப்பவும் நண்பர்களாக இருப்போம். ஆட்சேபணை இல்லையே...?”

“நாட் அட் ஆல்!”

ஒரு வினாடி தயங்கி நின்று, அவர் சொன்னார். "உங்களுக்கென்று ஒரு மனசிருக்கிறது, மாலதி. கணவன் இறந்து நான்கு வருஷங்கள் ஆகியும், மிஸஸ் ஜெயராமன் என்று சொல்லிக்கொள்கிறீர்கள் பிரிக்க முடியாத லேபில் மாதிரி. அந்தச் சாயையை விட்டு விலகத் தைரியமில்லாததாலேயே வேறு ஆணைப்பற்றி நினைக்கத் தயங்குகிறீர்கள்."

"ப்ளீஸ் மிஸ்டர் சர்மா, நோ மோர்!" லைப்ரரியை நோக்கி நடக்கும் போது மனசு சிறுத்துப்போயிருந்தது. அவமானப்பட்டமாதிரி. அப்பா இறந்த பிறகு சர்மாவுக்கு இந்த எண்ணம் தோன்றியது யதேச்சையானதுதானா என்று சம்சயம் ஏற்பட்டது. அவளது நிலையை இப்பொழுது பலவீனமானதாக நினைக்கிறாரா? ஆறு மாதங்களாக அவரை ஒரு நல்ல நண்பராக பாவித்து ஹாஸ்யம் பேசி, இலக்கியத்தை ஆராய்ந்து, எண்ணங்களைப் பரிமாறி கொண்டதெல்லாம், கடைசியில் ஒரு சினிமா நிகழ்ச்சி போல் முடிந்ததை நினைத்து எரிச்சல் ஏற்பட்டது.

'நாம் எப்பவும் நண்பர்கள்.'

'பழைய சரளம் இனிமேல் இருக்காது' என்று நினைத்தபடி அவள் மேஜைக்குச் சென்றாள்.

'குட்டி இளவரசன்' பிரித்தபடி இருந்தான். பிரித்த பக்கத்தில் வியாபாரி, இளவரசனிடம் சொல்லிக் கொண்டிருந்தான்.

"யாருக்குமே சொந்தமில்லாத ஒரு வைரத்தை நீ கண்டெடுத்தால் அது உன்னுடையது. யாருக்குமே சொந்தமில்லாத ஒரு தீவைக் கண்டு பிடித்தால் அது உன்னுடையது."

தன்னை ஒரு தீவாகத்தான், யாருக்கும் சொந்தமில்லாத தீவாகத்தான் உலகம் பாவிக்கும் என்று திடீரெனத் தோன்றிற்று. இஷ்டத்துக்கு இதை ஆளலாம் என்கிற திமிர் இதனால்தான் ஏற்படுகிறது. தன் பேச்சை அவள் நிச்சயம் நிராகரிக்கமாட்டாள் என்கிற தைரியம் பின் சர்மாவுக்கு எப்படி வரும்?

அவளுக்குப் பெரிதாகச் சிரிக்க வேண்டும் போல் இருந்தது. பெண்கள் சுதந்திரத்தைப் பற்றிப் பேசிக்கொண்டே எப்படி மறைமுகமாகத் தன் ஆணவத்தைக் காண்பித்துவிட்டார்!

வேலையை அன்று துவங்குவதற்கு முன்பே, நாள் வியர்த்தமாகினாற்போல் மனசு சோர்ந்து போயிற்று. கையளவே இருந்த 'குட்டி இளவரசனைக்'கூட படித்து முடியாமல் அலைபாய்ந்தது.

உடம்புக்கு முடியவில்லை என்று தலைமை லைப்ரரியனிடம் சொல்லிவிட்டு, அவள் வீட்டிற்குக் கிளம்பிப் போனாள்.

வாசற்கதவைத் தட்டும்போது, உள்ளே நளினி கலகலவென்று அத்தையுடன் சிரித்துப் பேசிக்கொண்டிருப்பது கேட்டது. வெகு சீக்கிரம் அத்தையிடம் அவள் ஒட்டிக்கொண்டது சற்று நிம்மதியைத் தந்தது.

அவளைக் கண்டதும், நளினி ஓடி வந்து அணைத்துக்கொண்டாள்.

"என்ன மாலு, சீக்கிரம் வந்துட்டே?" என்று கவலைப்பட்டாள்.

"தலையை ரொம்ப வலிக்கிறதத்தே."

"நீ போய் உடுப்பை மாத்திண்டு படுத்துக்கோ, போ. நா காப்பி கலந்துண்டு வரேன்."

அவள் மாற்றுடை அணிந்து கொண்டு படுத்தபோது,

"நா தலையைப் பிடிச்சு விடட்டுமா, அம்மா?" என்று நளினி பக்கத்தில் உட்கார்ந்துகொண்டாள்.

அவள் பதில் சொல்வதற்குக் காத்திராமல், தனது சின்ன மிருதுவான கையால் பிடித்து விட ஆரம்பித்தாள்.

நெகிழ்ந்துபோன நிலையில், மாலதி புன்னகையுடன், "தாங்க்யூ" என்று கண்ணை மூடிக்கொண்டாள்.

குனிந்து உட்கார்ந்திருந்த நளினியின் முகத்தில் ஜெயராமனின் சாயல் அதிகமாகத் தெரிந்தது.

'இன்னும் மிஸஸ் ஜெயராமன் என்று சொல்லிக் கொள்கிறீர்கள் பிரிக்க முடியாத லேபில் மாதிரி.'

அவள் கண்களைத் திறந்தாள்.

ஒரு அதீதமான தீவிரத்துடன் நளினி தன் பணியில் ஆழ்ந்திருந்த விதமும் அவள் மேல் பதித்திருந்த பார்வையும், பார்க்கப் பார்க்க, அடி வயிற்றில் ஒரு சங்கடத்தை ஏற்படுத்திற்று.

அதே அச்சில் வந்த வார்ப்பாய்...

இப்படிக்கூட சாயல் ஒட்டிக்கொள்ளுமா...?

இன்னும் பல வருஷங்களுக்கு என்னுடன் ஒட்டிக்கொண்டிருக்கப் போகும் லேபில் இது. பழைய ஞாபகங்களிலிருந்து விடுபட முடியாதபடிக்கு என்னைத் தொடரப் போகும் நிழல் இது... அதன் வட்டத்துக்குள் இருக்கும்வரை...

'அந்தச்சாயையை விட்டு விலகத் தைரியமில்லாததாலேயே வேறு ஆணைப்பற்றி நினைக்கத் தயங்குகிறீர்கள்.'

'ஆமாம்... எனக்கு தைரியமில்லை மிஸ்டர் சர்மா...'

"மாலு, இந்தா காப்பி."

அவள் சட்டென்று சுயநினைவிற்கு வந்தாள். அத்தையின் கண்களில் யோசனையும் பரிவும் தெரிந்தன.

"ஜூரம் ஒண்ணும் இல்லையே?"

"இல்லே அத்தை. தலையை முணு முணுன்னு வலிக்கிறது. சித்த நேரம் படுத்தா சரியாப் போயிடும்."

அத்தை பதில் பேசாமல் அவளையே பார்த்தவண்ணம் நின்றாள்.

அவள் அப்படி நிற்கையில், கண்ணை மூட முடியாமல், மாலதி லேசாகப் புன்னகைத்தாள்.

"எனக்கு உடம்புக்கு ஒண்ணுமில்லே அத்தே!"

"மனசிலே இருக்கிறது போறாதா? அதுதான் தலையிலே பாரமா வந்து உக்கார்றது. நளினி நீ போய் ஹோம் வர்க் பண்ணு, போம்மா அம்மா தூங்கட்டும்!"

"சரி, அம்மா சாயந்தரம் வெளியிலே போலாமா? சில்ரன்ஸ் பார்க்குக்கு?"

"ஓகே."

அவள் சோர்வுடன் கண்களை மூடிக்கொண்டாள்.

"சுமக்க வேண்டிய பாரத்தை நா சுமக்கத்தான் வேணும், அத்தை உங்களை மாதிரி."

"நா இல்லேன்னு சொல்லலே எங்களுக்கெல்லாம் பாரத்தை இறக்கி வைக்கிற வழி தெரியும். 'எல்லாம் ஈசுவர சங்கல்பம்'ன்னு கண்ணையும் காதையும் மூடிண்டிருக்கத் தெரியும்."

"நா மூடிக்கல்லேன்னு உங்களுக்கு எப்படித் தெரியும்?"

"நீ மனசையேன்னா மூடிண்டிருக்கே!"

மனம் லேசாகக் குலுங்கிற்று. எதையாவது சொன்னால் அவளைப் பாதிக்குமோ என்று அப்பா வாயே திறந்ததில்லை; எதையும் கிளறினதில்லை. இப்பொழுது, அவளுக்குப் பழக்கமில்லாத வெட்ட வெளிச்சத்துக்கு அத்தை இழுக்கிற மாதிரி மனசு கூசிற்று. முகமூடியை அணிந்து கொள்ள விரைந்தது.

அத்தையின் குற்றச்சாட்டுக்கு எப்படிப் பதில் சொல்வது என்று புரியாமல் அவள் மௌனமாக இருந்தாள்.

"மனசை லேசாக்கிக்கறது அவ்வளவு சுலபமில்லைதான். அதுவும் உன்னை மாதிரி சின்ன வயசிலே அதிர்ச்சி மேலே அதிர்ச்சி ஏற்பட்டவாளுக்கு ரொம்பக் கஷ்டம். அது மெல்ல மெல்லத்தான் ஆறும் ஆனா, ஆத்திக்கறதுக்கு மார்க்கத்தைத் தேடிண்டேயிருக்கணும்."

"அதுக்குத்தான் வேலைக்குப் போறேன்."

"உடம்பையும் கெடுத்துக்கறே. தனியா, பெண் குழந்தையை, டில்லியிலே, வேலைக்கு போற ஒரு பொம்மனாட்டி வளர்க்கறது கஷ்டம். நா சொல்றதைக் கேளு. எனக்கும் யாருமில்லே. சொந்த வீடு இருக்கு இன்னும் இரண்டு பேருக்குச் சாப்பாடு போட வசதி இருக்கு. நளினியும், நீயும் என்னோடேயே இருந்துடலாம். கவர்ன்மென்ட் ஸ்கூல் இருக்கு, குழந்தைக்கு; உனக்கு

பஜனையிலே நாட்டமில்லேன்னா, சமூக சேவை செய்ய லேடீஸ் கிளப் இருக்கு."

கூட்டல்-கழித்தல் கணக்கு மாதிரி அத்தை பின்னிக்கொண்டே போவது வேடிக்கையாக இருந்தது. அவள் பதில் ஏதும் சொல்லாமல் லேசான புன்னகையுடன் கண்ணை மூடியபடியே படுத்திருந்தாள்.

அத்தை அவள் அருகில் கட்டிலில் உட்கார்ந்தது, மனசுக்கு இதமாக இருந்தது. பிரியத்தின் ரேகைப்பட்ட மாத்திரத்தில் எப்படி நெகிழ்ந்து துளிர்த்துப் போகிறது! இந்த ரேகையைத் தேடித் தேடி களைத்து வறண்டு விரிந்து போன மனசு!

அத்தை அவளது கையை மென்மையாக வருடினாள்.

"நா சொல்ற யோசனை உனக்கும் பைத்தியக்காரத்தனமானதா தோணும். ரொம்ப சுலபமா ஒரு சிக்கலை விடுவிக்கப் பாக்கிற கிராமியமாத் தோணும். வாஸ்தவத்திலே, ஒரு விஷயம் தெரியுமோ? சுலபமான வழிகள் நமக்கு சுவாரஸ்யமா இருக்கிறதில்லே! என்னைப்பாரு, மனசை உழப்பிக்கணும்னா ஆயிரம் விஷயங்கள் இருக்கு. புருஷன் போயி, காளை வயசிலே இரண்டு பையன்கள் போயி... நீ இங்கிலீஷிலே அதுக்கு என்ன பேரு சொல்வியோ என்னவோ, பஜனை, பாட்டுனு போயிடறதிலே கொஞ்சங் கூட எனக்குள்ளே பாரமில்லே. ஒரு திருப்தி கூட இருக்கு. கொஞ்சகாலமாவது பிரியத்தை அனுபவிச்சோம். பிரியத்தைக் கொடுத்தோம்னு..."

'உங்கள் நிலையில் நானும் அப்படி இருந்திருப்பேன்' என்று நினைத்துக் கொண்டு அவள் மௌனமாக இருந்தாள்.

அத்தை இன்னும் கையை வருடிக் கொண்டிருந்தாள்.

"உனக்கு நேர்ந்தது ரொம்ப அநியாயம்தான். தன் பொண்ணுக்கு ரொம்ப உசத்தியான மாப்பிள்ளை வேணும்னு அண்ணா சல்லடையா சலிச்சுப் பொறுக்கினான். நூறு ஜோஸ்யம் பார்த்தான். வெளிநாட்டிலே கொள்ளையா சம்பாதிக்கிறான்னு பெருமையா மாப்பிளையைப் பிடிச்சான்; 'என் பொண்ணு ராணி

மாதிரி இருக்கப் போறா'ன்னான். ரெண்டே வருஷத்திலே புருஷன் கதை முடிஞ்சு, ஒண்டியா அவன் காரியத்தை முடிச்சுட்டு, குழந்தையோட நீ வந்து நீக்கப்போறேன்னு யாருக்குத் தெரியும்? இந்த அதிர்ச்சி தான் அண்ணாவையும் சீக்கிரம் கொண்டு போயிடுத்து!"

அவள் மிக சிரமப்பட்டு, தன்னைக் கட்டுப்படுத்திக் கொண்டு படுத்திருந்தாள்.

"கொள்ளைப்பிரியமா இருந்த புருஷன் சின்ன வயசிலே போயிட்டாங்கறது தாங்க முடியாத துக்கம்தான் மாலு... எனக்குப் புரியறது."

அதற்கு மேலும் தாங்கிக் கொள்ள முடியாதவளாய் மாலதி குப்புறத் திரும்பிப் படுத்து விசித்து விசித்து அழ ஆரம்பித்தாள்.

"நா தொலைச்சுட்டு வந்தது பிரியத்தை இல்லே அத்தை! நம்பிக்கைகளை! நா அவரை வெறுத்தேன்; அவர் செத்துப் போனதுக்காக நா வருத்தப்படல்லே அத்தை!"

அத்தையின் விக்கித்த மௌனத்திலிருந்து அவள் அதிர்ந்து போனது தெரிந்தது.

❖ ❖ ❖

அத்தியாயம் 3

அவள் ஓயட்டும் என்று காத்திருந்தாற் போல் அத்தை சற்று நேரம் நின்றாள்.

குனிந்து அவள் முதுகைத் தட்டிச் சமாதானமாகச் சொன்னாள்.

"நா இப்ப இதையெல்லாம் ஆரம்பிச்சிருக்கக் கூடாது என்மேல்தான் தப்பு, கொஞ்ச நேரம் தூங்கு நீ. சாயங்காலமா பேசிக்கலாம்."

ஓசைப்படுத்தாமல் நிதானமாகக் கதவை சாத்திக்கொண்டு அத்தை சென்றது தெரிந்தது.

சற்று நேரத்துக்கு அடங்காமல் கண்ணீர் பெருகிற்று. கிடைத்த வாய்ப்பை உபயோகித்துக் கொள்ளும் ஆவேசத்துடன், என்னை எத்தனை நாட்களுக்கு நீ அடக்க முடியும் என்று சுயபச்சாதாபம் அசுரத்தனத்துடன் எழுந்தது. அவள் ஒரு தூக்க மாத்திரையை விழுங்கித் தலையைத் துண்டால் இறுகக் கட்டிப் படுத்து மெல்ல மெல்ல உறங்கிப் போனாள்.

அன்று மாலை, சில்ரன்ஸ் பார்க்கில் நளினி விளையாடுகையில், அவளும் அத்தையும் ஒரு ஒதுக்குப்புறமாக உட்கார்ந்தபோது, மனசு வெகுவாக நிதானப்பட்டுப் போயிருந்தது. பழைய ஏடுகளை மூன்றாம் மனுஷியின் விட்டேற்றித்தனத்துடன் ஆராய முடிந்தது.

"அப்பா எனக்குக் கல்யாணம் நிச்சயம் பண்ணும் போது, எனக்கு அதில் அவ்வளவு ஆர்வமே ஏற்படல்லே. மேலே

படிக்கணும்னு ஆசைப்பட்டேன். அப்பா தான் ஒரேயடியாய் இந்த வரனைப்பத்தித் தீர்மானமா இருந்தார். நல்ல குடும்பம். நல்ல வேலை. நூறு சதவீத ஜாதகப் பொருத்தம் என்கிற பிரமையிலே, இப்ப நினைச்சா எனக்கு சிரிப்பு வரது அத்தே. இந்த நம்பிக்கைகள் எல்லாம் எவ்வளவு சீக்கிரம் அர்த்தமில்லாம போச்சு தெரியுமோ?

ஆரம்பத்திலே நா உற்சாகமாத்தான் இருந்தேன். அவர்கிட்ட பிரியமா நடந்துண்டேன். எனக்குத் தெரிஞ்ச விதத்திலே வீட்டைப் பொறுப்பா நடத்தினேன். விதவிதமா சமைச்சேன். ஆனா, என்னுடைய முயற்சிக்கு ஏத்தமாதிரி அவர் ஈடு கொடுக்கல்லே. நா என்னமோ அவருக்காக சமைச்சுப் போடவும் வீட்டைப் பார்த்துக்கவும் அவர் விரும்பினபோது கூடப் படுத்துக்கவும் வந்த மாதிரி நடத்தினது ரொம்ப வருத்தமா, அவமானமா இருக்கும் எனக்கு. பாஷை புரியாத வெளிநாட்டு சினேகிதாளையே வீட்டுக்கு அழைச்சிண்டு வருவார். இந்திய சினேகிதா யாருமே கிடையாது. அந்த ஊரிலே இந்தியன்ஸே கிடையாதும்பார். அப்படி இருந்தாலும், அந்த சினேகிதம் எனக்கு வேண்டாம்பார். அவர் பேச்சிலேயும் நடத்தையிலேயும் ஏதோ மர்மம் இருக்கிற மாதிரி எனக்குத் தோணும்.

நீங்க ஏதோ மறைச்சு மறைச்சு காரியம் பண்ற மாதிரி எனக்குத் தோணறதுன்னு ஒரு நாளைக்கு நா வேடிக்கையா சொன்னதுக்கு ரொம்பக் கோபம் வந்துடுத்து டில்லிக்கும் இவருக்கும் கூட அடிக்கடி ரகசியப் பாஷையிலே போன் தொடர்பு இருக்கிறதா எனக்கு சந்தேகம் ஏற்படும். அவருடைய மூர்க்கத்தனத்துக்குப் பயந்து நா வாயை மூடிண்டிருப்பேன். ஏக பணப் புழக்கம் இருக்கும். எங்கிருந்து வரும், எங்கே போகும்னு தெரியாது.

ஒரு நாளைக்கு, அவர் வீட்டிலே இல்லாதபோது, அவருடைய சினேகிதன் ஒருத்தன் வந்தான். நன்னா குடிச்சிருந்தான். எங்கிட்ட முறைகேடா நடந்துக்க வந்தான். நா பயந்து போய் கத்தினேன். 'ஜெயராமன் வர நேரமிது; பேசாம போயிடு, உன்னைப் பாத்தா

தீர்த்துப்பிடுவார்'னேன். அவன் சிரிச்சான். 'தேசத்தையே விக்கிற ஆள் உன் புருஷன்; உன்னைப்பத்திக் கவலைப்படுவானா'ன்னான். எனக்குப் புரியலே. 'அவன் ஒரு 'ஸ்பை', உன் தேசத்து ராணுவ ரகசியத்தைக் காண்பிச்சுக் கொடுகிற உளவுக்காரன். உனக்குத் தெரியாதா?ன்னான் நா அதிர்ந்து போனேன். அவர் மேலே ஏற்பட்ட ஆத்திரத்தையெல்லாம் அவன் மேலே மொத்தி விரட்டி அடிச்சேன். இந்த உண்மை தெரிஞ்ச நேரத்திலிருந்து எனக்கு வெறுப்பாப் போச்சு. அந்தப் பயங்கர பழியிலேருந்து அவரைத்திருத்த முயற்சி பண்ணினதுக்கெல்லாம் எனக்கு செமெயா தண்டனை கிடைச்சுது. அத்தனை நீசத்தனமான சுயநலவாதிக்கு நா மனைவிங்கறது ரொம்ப அவமானமான விஷயம்னு துடிச்சுப் போனேன். இவரைப் பத்தி இந்திய அரசாங்கத்துக்குத் தெரிவிச்சாகணும் என்கிற நினைப்பு எனக்குள்ளே தீவிரமா கிளம்பினபோது தான், எதிர்பாராம இவர் விபத்திலே இறந்துபோனார். அந்த விபத்து கூட யாரோ ஏற்படுத்தினதுன்னு எனக்குச் சந்தேகம்.

நீங்க நம்பமாட்டேள் அத்தே, அவர் செத்துப் போயிட்டார்னு தெரிஞ்ச போது எனக்குக் கொஞ்சங் கூட அதிர்ச்சி ஆகல்லே, பெரிய நிம்மதி ஏற்பட்டது.

இல்லேன்னா அவர் சாவுக்கு நானே காரணமா இருந்திருப்பேன்."

அதிர்ச்சியிலிருந்து விடுபட்டு அத்தை முணுமுணுத்தாள். "என்ன மாலு இது?"

"தேசத் துரோகம், நம்பிக்கைத் துரோகம் உங்க பிள்ளை பண்ணாலும், புருஷன் பண்ணாலும் மன்னிக்க முடியாதது."

அவள் சற்றுநேரம் எதுவும் பேசாமல் ஆகாசத்தையும் பறவைகளையும் பார்த்தபடி உட்கார்ந்திருந்தாள். குழந்தைகளின் உற்சாக ஆரவாரம் காதில் விழாத ஜடத்தனத்துடன் ஒட்டாத தொலைவில் தன்னுள் மூழ்கிப் போனாள்.

"என்னாலே நம்ப முடியல்லே" என்று அத்தை சொல்லிக் கொண்டிருந்தாள். "நீ வந்து நாலு வருஷமாறது. அண்ணா

ஒண்ணுமே சொன்னதில்லே இத்தனை ஆசைப்பட்டு நடத்தி வெச்ச காரியம், விரயமாப்போன துக்கம் இருக்கும் அவனுக்கு சொல்லக் கூடிய விஷயமில்லேங்கற. அவமானமும் இருக்கும். நடந்ததையெல்லாம் ஒரு கெட்ட சொப்பனமா எடுத்துக்கப் பழகிக்கணும்!"

"நடந்ததெல்லாம் நிஜம், சொப்பனமில்லே என்கிறதுக்கு சாட்சியா நளினி இருக்கா அத்தே. சிலசமயம், அசப்பிலே அவ பார்க்கிற பார்வை, அவ அப்பா பார்க்கிற மாதிரியே இருக்கு. அந்தக் காரணத்தாலே அவமேலேயே எனக்கு வெறுப்பு வந்திடுமோன்னு தோணறது."

"உனக்கு உடம்பும் மனசும் பலவீனமாப் போயிருக்கு, அதான் இப்படியெல்லாம் வக்கிரமாத் தோணறது!"

மாலதி, விளையாடிக் கொண்டிருந்த குழந்தைகளைத் தீவிரமாகப் பார்த்தாள். தனக்குள் முணுமுணுத்துக் கொள்பவளைப் போல் சொன்னாள்.

"நிஜமாவே எனக்கு அந்தப் பயம் இருக்கு. மனசு எப்ப வக்கரிச்சுக்கும்னு சொல்ல முடியாது."

"நன்னாயிருக்கு! குழந்தை என்ன பாவம் பண்ணித்து? அதுவும் பெண் குழந்தை!"

"வாஸ்தவந்தான். இப்படித்தான் என்னை நானே சமாதானப்படுத்திக்கறேன். வெளிநாட்டிலே, எனக்கு உதவ யாரும் இல்லாத இடத்திலே, நா தனியா சமாளிக்க நேர்ந்த அதிர்ச்சிதான் அதுக்குக் காரணம், நளினியுடைய அப்பா மேலே எனக்கேற்பட்ட வெறுப்பும் காரணமாயிருக்கணும். அவருடைய வித்து இவள் என்கிறதும்..."

"வித்தானா என்ன, உன் ரத்தமும் சதையும் இல்லையா?"

"அதனாலேதான் அவளைப்பத்தி அதிகமா கவலையும் படறேன். என் மனசுலே அடிக்கடி தோணற சலனத்துக்குப் பிரயாசித்தம் தேடறமாதிரி. வேண்டாத செல்லம் கூட

கொடுக்கிறேன்னு தோணறது. அவ நல்ல பிரஜையா வளரணும்னு கவலையா இருக்கு.”

“நீ அனாவசியமா கவலைப்பட்டு, நீயும் சஞ்சலப்பட்டுக்கறே. உன் பெண் நல்ல பெண்ணாத்தான் இருப்பா. நாம வளர்க்கறதிலேயும் இருக்கு.”

“அதனாலேதான் நா வேற சிந்தனையே இல்லாம இருக்கேன். அவளை வளர்க்கறது எனக்குப் பெரிய பொறுப்பு.”

“தஞ்சாவூருக்கு வந்துடு. இரண்டு பேரும் வளர்க்கலாம். ஒருத்தருக்கொருத்தர் துணையாவும் இருக்கலாம்.”

“நா இங்கே இருக்கேன் அத்தே. கஷ்டப்பட்டு கவர்மென்ட் உத்தியோகம் கிடைச்சிருக்கு... அதை விடறது பைத்தியக்காரத்தனம்.”

அதற்குமேல் அதைப் பற்றி விவாதிக்க இஷ்டப்படாதது போல் அவள் எழுந்தாள்.

சரசரவென்று இருள் விரிய ஆரம்பித்துவிட்டது. இன்னும் கொஞ்ச நேரம் விளையாட வேண்டும் என்று அடம்பிடித்த நளினியைச் சமாதானப்படுத்தி அழைத்துப் போக வேண்டியிருந்தது.

பார்க்கில் அங்கங்கே ஆணும் பெண்ணுமாக ஜோடிகள். குழந்தைகளை விளையாடவிட்டுத் தங்கள் சல்லாபங்களில் ஆழ்ந்திருக்கும் இளம் ஜோடிகள். பொருளாதாரப் பிரச்சினையை விவாதிக்கும் நடுவயதுத் தம்பதிகள்... பேரன்-பேத்திகளின் மேல் அரைக்கண் வைத்தபடி பழங்கதை பேசும் தாத்தா-பாட்டிகள்...

இந்த மாதிரி, ஒருநாள் கூட ஜோடியாக அவளும் ஜெயராமனும் குழந்தையை அழைத்துக்கொண்டு எங்கும் போனதில்லை என்று அவளுக்கு ஞாபகம் வந்தது.

ஓ, அவன் ஜோடி சேரமுடியாத காளை. அவனுடன் விதி அவளை இணைத்ததே ஒரு தவறு. இந்த மாதிரி அர்த்தமில்லாத தவறுகள் நேர்வதனால் யாருக்கு என்ன லாபம்? ஆயுசு

முழுவதும் நெஞ்சில் பாரத்தை சுமந்து, நினைவில் வடுக்களை ஏந்தி, வெறுப்பை ஒரு மூலையில் வளர்த்து யாருக்கு லாபம்? நளினியின் நிற்காத லொட லொடப் பேச்சுக்கு ஒட்டாமல் பதில் சொல்லியபடி அவள் நடந்தாள். அத்தை கூட இன்று மௌனமாக நடந்தாள் ஏதோ பாரம் சுமக்கிறாற்போல.

அத்தையிடம் இதையெல்லாம் சொல்லியே இருக்க வேண்டாம் என்று வருத்தமேற்பட்டது...

வீட்டை அடைந்தவுடனேயே, சட்டையைக் கழற்றி வைத்த மாதிரி, அத்தை உற்சாகமாகிவிட்டாள். விளக்கேற்றி வைத்துப் பாட ஆரம்பித்தாள். நளினியின் மழலைக் குரலும் அத்தையுடன் சேர்ந்து கொண்ட போது, லேசாக சிலிர்ப்பேறபட்டது. தன்னைவிட அத்தை, நளினியை நன்றாக வளர்ப்பாள் என்கிற எண்ணம் ஒரு வினாடி தயங்கி நின்றது.

அவள் உடுப்பை மாற்றிக்கொண்டு வந்தபோது, சமையலறையில் இருந்த சின்ன சுவாமி மேடைக்குமுன், அத்தையும் நளினியும் கும்மியடித்துக் கொண்டிருந்தார்கள்.

"தன்னந்தனியானவற்குத் துணையாவான் தோழி"

தனக்குள் எழுந்த சிரிப்பை அடக்கிக்கொண்டு அவள் முன்னறைக்கு வந்தாள். அத்தை மாதிரி கேள்வியே கேட்காமல் தர்க்கிக்காமல், ஒரு ஊன்றுகோலைப் பிடிக்க முடிந்தால் எத்தனை சரளமாக இருக்கும் என்று தோன்றிற்று. நம்பிக்கை என்பதன் அடிவேரே இற்றுவிட்டது நமக்கு... இனி மேல் எங்கே ஒட்டித் துளிர்விடப் போகிறது?

அத்தையின் போதனைக்குப் பின்னும், அன்றிரவு, வராத தூக்கத்தை வரவழைக்க மாத்திரை தேவைப்பட்டது. செயற்கையாக வரவழைக்கப்பட்ட தூக்கம் கண்டபடி அலைக்கழித்தது. புதைக்கப்பட்ட நினைவுகளையெல்லாம் தோண்டியெடுத்தது.

"யுவர் ஹஸ்பெண்ட் இஸ் எ ஸ்பை. டோண்ட் யூ நோ?" என்றது.

"எ டேன்ஜரஸ் ஸ்பை!"

"எ ஷேம்லெஸ் ஸ்பை!"

அவள் அலறி அடித்துக்கொண்டு எழுந்து உட்கார்ந்து, ஆறாய் வழிந்த வியர்வையைத் துடைத்து வழக்கம் போல் நீரைக் குடித்து விடியும் வரை நிமிஷங்களை எண்ணினாள்...

மறுநாள் நல்ல வேளையாக ஆஃபீஸ் என்கிற அடைகலம் நமக்கிருக்கிறது என்கிற நிம்மதியுடன் கிளம்பி அந்தப் பிரும்மாண்ட வாசலை அடைந்து நடுவில் இருந்த வட்டப் புல்தரையில் நடக்கும் போது, நேற்று சர்மா பேசிய வார்த்தைகள் நினைவுக்கு வந்தன. தன்னுடைய பின்புலம் தெரிந்தால், மனிதர்கிட்டவே நெருங்க மாட்டார் என்று நினைக்கையில் இன்று சிரிப்பு கூட வந்தது.

அவள் லைப்ரரியில் நுழைந்ததும், "உங்களுக்கு இன்றிலிருந்து புதிய போஸ்ட்" என்றார் லைப்ரேரியன்.

"புதிய சேர்மன் இன்று ட்யூட்டியில் சேர்ந்திருக்கிறார். அவருக்கு நீங்கள் பர்ஸனல் அஸிஸ்டென்ட்!"

அவள் வியப்புடன் அவரைப் பார்த்தாள்.

"என்ன திடீரென்று?"

"இங்கிலீஷ் நன்றாகத் தெரிந்த புத்திசாலியான ஆள் வேண்டுமாம் சேர்மனுக்கு. அந்த குவாலிஃபிகேஷன் உங்களுக்குத்தான் இருக்கிறது."

அவள் புன்னகையுடன், "தாங்க்யூ" என்று லிப்ஃட்டுக்குச் சென்றாள்.

ஐந்தாம் மாடியில் சேர்மனின் அறைக்கு முன்னால் பளிச்சென்று, 'வைத்தீஸ்வரன்' என்கிற பெயர்ப் பலகை தெரிந்தது.

❖❖❖

அத்தியாயம் 4

கதவை ஒருமுறை லேசாகத் தட்டிவிட்டு அவள் உள்ளே நுழைந்தாள். அறை காலியாக இருந்தது. ஜன்னல் கதவு திறக்கப்படாமல் கும்மென்று இறுக்கமாக இருந்தது. அவள் திரையை நகர்த்தி ஜன்னலைத் திறந்து விட்டாள். மேஜை மேல் லேசாகத் தூசு தெரிந்தது. அதைத் துடைத்து தேதியை சரி செய்து ஒழுங்குபடுத்தி முடிக்கையில் கதவு திறந்தது.

நடுத்தர வயதுடைய வாட்டசாட்டமான ஒருத்தர் உள்ளே நுழைந்தார். நுழைந்த விதத்தில் ஒரு வேகம் தெரிந்தது அவளைப் பார்த்து வியப்புடன்,

"ஓ ஹல்லோ!" என்றார்.

அவள் மெல்லிய புன்னகையுடன் "குட் மார்னிங் ஸார்! ஐ ஆம் மாலதி யுவர் பி.ஏ." என்றாள்.

அவரது அதரங்களில் சரளமான புன்னகை விரிந்தது.

"ஓ சந்தோஷம். தூசி தட்டிக் கொண்டிருந்தீர்கள். இத்தனைக் கவர்ச்சியான ப்யூனா என்று ஆச்சரியப்பட்டுப் போனேன்."

தன் கூச்சத்தை சமாளித்துக் கொண்டு அவள் சொன்னாள்.

"கவர்மெண்ட் ஆபீஸ்களில் ப்யூனுடைய வேலையும் பி.ஏ-க்கள் தெரிந்து வைத்திருப்பது நல்லது."

அவள் கழுத்தைப் பின்னுக்கு லேசாக சாய்த்து சிரித்தபோது பல் வரிசையாகத் தெரிந்தது.

“குட். ஐ லைக் யுவர் அப்ரோச், யூ ஆர் மிஸ் மாலதி...?”

“மிஸஸ் மாலதி ஜெயராமன்.”

“உங்கள் கணவருக்கும் இங்கேதான் வேலையா?”

“அவர் இல்லை. இறந்து நான்கு வருஷம் ஆகிறது” அவர் தலையைக் குனிந்து “ஐ ஆம் ஸோ ஸாரி” என்றார். நாற்காலியில் அமர்ந்து ஃபைல்களைத் திறந்தபடி “தமிழ் நாடா” என்றார்.

“ஆமாம். பூர்வீகம் தஞ்சாவூர்”

அவர் தலை நிமிர்ந்து “எக்ஸலண்ட்” என்று சிரித்தார்.

“எனக்கு மாயவரம் நாம் தமிழிலேயே பேசலாமே?”

அவள் பதில் பேசாமல் புன்னகையுடன் நின்றாள். அவர் ஃபைலைப் படித்துவிட்டு, “ஓ இந்த வேலைக்கு நீங்க இன்னிக்குதான் வந்து சேர்ந்திருக்கேளா?” என்றார்.

“ஆமாம். இதுக்கு முன்னாலே லைப்ரெரியிலே வேலையாயிருந்தேன்.”

“குட். இங்கிலீஷ் நன்னா தெரிஞ்ச ஆளா வேணும்னேன். வடக்கத்திக்கார ஸ்டெனோக்களுக்கு இங்கிலீஷ் கிராமரே தெரியாது. எனக்கு முந்தி இருந்த சேர்மன் கஷ்டப்பட்டது எனக்குத் தெரியும், சினேகிதன் என்கிற முறையிலே.”

அவள் பதில் சொல்லாமல் மரியாதையுடன் நின்றாள். அவர் வெகு சீக்கிரம் ஃபைல்களில் ஆழ்ந்து போனார். மளமளவென்று எழுத வேண்டிய கடிதங்களை டிக்டேட் செய்தார். அவள் டைப் அடித்துக்கொண்டு வந்ததைப் பார்த்து சிலாகித்துக் கையெழுத்திட்டார். அந்த நாற்காலியில் உட்கார்ந்து பழக்கப்பட்டவர்போல் அவர் மளமளவென்று அவருக்குக் கீழ் இருக்கும் ஆபீஸர்களுடன் கலந்து பேசி முடிவுக்கு வந்து ஃபைல்களை நகர்த்தியது அவளுக்கு ஆச்சரியமாக இருந்தது. லஞ்ச் நேரத்திலும் அவர் தொடர்ந்து வேலை செய்வது ஆச்சரியமாக இருந்தது.

உள்ளே எட்டிப்பார்த்து, "லஞ்ச் கொண்டு வந்திருக்கிறீர்களா, காண்டீனிலிருந்து ஏதாவது வரவழைக்கட்டுமா" என்றாள்.

"வீட்டிலேந்து காப்பி கொண்டு வந்திருக்கேன். தாங்க்யூ. எனக்கு வேற ஒண்ணும் வேண்டாம். நீங்க சாப்பிட்டுட்டு வாங்கோ."

அவள் காண்டீனுக்குச் சென்ற போது மிஸஸ் மல்ஹோத்ரா அவளுக்காகக் காத்திருந்தாள்.

"பிரமோஷன் ஆனதுக்கு ட்ரீட் கிடையாதா?"

மாலதி சிரித்தாள்.

"க்ரவுண்ட் ஃப்ளோரிலிருந்து ஐந்தாம் மாடிக்குப் போனது பிரமோஷன் என்கிறீர்களா?"

"சேர்மனுக்குப் பி.ஏ. என்றால் கௌரவம் இல்லையா?"

"எனக்குத் தெரியவில்லை. லைப்ரரியில் நல்ல இலக்கியம் படிக்க முடிந்தது. இப்பொழுது உப்பு சப்பில்லாத கடிதங்கள் எழுதிக் கொண்டிருக்கப் போகிறேன்."

"நீ என்ன வேலை செய்கிறாயோ, இந்த வேலைக்கு மதிப்பு உண்டு."

இவளோடு எதற்கு வாதம் என்று மாலதி பேசாமல் இருந்தாள்.

"எப்படியிருக்கிறார் புது சேர்மன்?"

"ரொம்ப சுறுசுறுப்பு!"

"அப்பொழுது உன் முதுகு போய்விடும்."

"வேலையிருந்தால் செய்ய வேண்டியது தானே?"

மிஸஸ் மல்ஹோத்திரா அவளை சுவாரஸ்யத்துடன் பார்த்தாள்.

"உனக்கு அவரைப் பிடித்துவிட்டது என்று சொல்லு."

அவள் பேச்சு அவளுக்கு விநோதமாக இருந்தது.

"பிடிக்காமல் போகும்படியாக அவர் இல்லை... ஏன்?"

"முசுடு என்று கேள்விப்பட்டேன்."

"சேச்சே நிச்சியம் இல்லை."

தேநீரில் சர்க்கரையைக் கலக்கிக் கொண்டு மிஸஸ் மல்ஹோத்ரா தோளைக் குலுக்கினாள்.

"சொந்த வாழ்க்கையிலே ஏற்பட்ட ஏமாற்றத்தை தனக்குக் கீழ் இருக்கும் அதிகாரிகளிடம் கொட்டித்தீர்க்கிறார் என்று கேள்விபட்டிருக்கேன்!"

மாலதி திடுக்கிட்டு நிமிர்ந்தாள்.

"யார் சொன்னது அப்படி?"

மிஸஸ் மல்ஹோத்ரா மேம்போக்காகச் சிரித்தாள்.

"புதிதாக ஒரு சீனியர் ஆஃபீஸர் நமது டிபார்ட்மெண்டுக்கு வருகிறார் என்றால் ஸடாஃப் சும்மா இருக்கும் என்கிறாயா? அவர் வருவதற்கு முன் அவரது ஜாதகம் ரெடியாக இருக்கும். நேற்று நீ சீக்கிரம் வீட்டுக்குப் போய் விட்டாய். நேற்றே எங்களுக்குத் தெரியும் புதிய சேர்மன் வருகிறார் என்று. மதராஸி இல்லை?"

"ஆமாம்."

"அதனால் தான் மதராஸிக்கு மதராஸி ஒத்துப்போகும் என்று உன்னை அவருக்குப் பி.ஏவாகப் போட்டிருக்கிறார்கள். அவருடைய கோபத்தைப் பற்றிக் கேள்விப்பட்டு முந்திய சேர்மனுக்குப் பி.ஏவாக இருந்த சமன்லால் மாற்றல் வாங்கிக்கொண்டு போய் விட்டான்."

"யார் சொன்னது அப்படி?"

"அவனே தான் சொன்னான்."

"ஓ?" என்று அவள் தோளைக் குலுக்கிச் சிரித்தாள்.

"அப்படிக் கோபப்படுபவர் போல் எனக்குக் தோன்றவில்லை."

"அதான் சொன்னேனே இனம் இனத்தோடு சேரும்!"

அவளுக்கு லேசாக எரிச்சல் ஏற்பட்டது.

“அந்த மாதிரி வித்தியாசம் பார்ப்பவள் இல்லை நான், மிஸஸ் மல்ஹோத்ரா!”

“உன்னைச் சொல்லவில்லை! அவர் அப்படி இருக்கலாமோல்லியோ?”

அவள் பதில் ஏதும் சொல்லாமல் தேநீருக்குக் காசைக் கொடுத்தாள்.

“அவரைப் பற்றி எனக்குத் தெரியாது. பார்த்த மாத்திரத்தில் சின்ன புத்தி இருப்பதாகத் தெரியவில்லை” என்றாள் மெல்ல.

“ரொம்பத் திறமையுள்ள புத்திசாலிகளுக்கு சராசரி அஸமஞ்சனத்தைக் கண்டால் கோபம் வரும் எரிச்சல் ஏற்படும். அது ரொம்ப இயற்கையானது.”

“அதோடு வீட்டுப் பிரச்னை வேறு பாவம்.”

அது என்ன என்று இவள் சொல்லாமல் விடமாட்டாள் என்று தோன்றிற்று.

என்னப் பிரச்னை என்று அவள் கேட்பதற்கு அவசியமில்லாமலே மிஸஸ் மல்ஹோத்ரா சொன்னாள்.

“மகாராஷ்டிரப் பெண்ணைக் கல்யாணம் செய்து கொண்டவராம். இரண்டு பேருக்கும் ஒத்துக்கொள்ளவில்லை என்று கேள்வி. கோர்ட் வரைக்கும் போயிருக்கிறது விவகாரம். அந்த டென்ஷனில் இருக்கும் மனிதர் சிடுமூஞ்சியாக இல்லாமல் எப்படியிருப்பார்.”

செய்தி மனசை லேசாகச் சலனப்படுத்தியது. இவர்கள் எல்லாம் வேலை மெனக்கெட்டு எப்படி வம்பைத் திரட்டுகிறார்கள் என்று ஆச்சரியமேற்பட்டது. நம்மைப் பற்றியும் என்ன பேசுகிறார்களோ?

தன் எரிச்சலை வெளிப்படுத்திக் கொள்ளாமல் அவள் சிரித்தபடி எழுந்தாள்.

“அவருடைய சொந்தப் பிரச்னைக்கும் எனக்கும் சம்பந்தமில்லை மிஸஸ் மல்ஹோத்திரா. வேலையை ஒழுங்காகச் செய்வது ஒன்றுதான் என் பொறுப்பு.”

"குட்! விஷ் யூ ஆல் தி பெஸ்ட்! ஆனால் எந்த ஆணும் உன்னிடம் கோபித்துக் கொள்ளமாட்டான்."

அவளுக்கு சிரிப்பு வந்தது.

"ஓ, காட் எப்படிச் சொல்கிறீர்கள்?"

"அப்படி ஒரு வசீகரம் இருக்கிறது உன்னிடம்."

"எனக்கு அதைப் பற்றி ஒன்றும் தெரியாது!"

"புரொபஸர் சர்மாவுக்கு உன்மேல் ஒரு பெரிய அன்பு தெரியுமோ!"

அவள் லேசாக திடுக்கிட்டு அதை மறைக்க மழுப்பலாகச் சிரித்தாள்.

"ஆபத்தல்லவா அது! நல்ல வேளை ஐந்தாம் மாடிக்கு மாற்றலாகி விட்டது!"

மிஸஸ் மல்ஹோத்ரா சிரித்தாள். "ஐந்தாம் மாடியிலும் ஆண்கள் இருக்கிறார்கள்!"

"வெறும் இலக்கியம் படிப்பவர்கள் இல்லை நல்லவேளை!"

மிஸஸ் மல்ஹோத்ரா மறுபடி சிரிக்க அவள் லிஃப்ட்டுக்குச் சென்றாள். லிஃப்டில் இரண்டாம் மாடி கௌன்ஸில் ஆபீஸில் இருக்கும் ஸெக்ஷன் ஆபீஸர் பரந்தாமன் இருந்தார்.

"நமஸ்காரம்" என்று பெரிதாகப் புன்னகைத்தார். "புது போஸ்டிங்கா இன்னிலேந்து?"

எப்படி இப்படி எல்லோருக்கும் இத்தனை சீக்கிரம் விஷயம் தெரிந்து போகிறது என்று ஆச்சரியமேற்பட்டது.

"ஆமாம்."

"நல்லது உங்களுக்கு லைப்ரரியிலே இருக்கிற இடம் தெரியாம உங்க திறமையை வெளிப்படுத்த வாய்ப்பும் இல்லாம இருந்ததுக்கு இந்தப் போஸ்ட் நல்லது!"

அவள் சிரித்தாள்.

"எனக்கு எல்லா வேலையும் ஒண்ணுதான்."

“நன்னாயிருக்கே! சேர்மன்னுடைய பி.ஏ-ன்னா எத்தனைப் பவர் ஃபுல் போஸ்ட்! உங்களுக்குக் கிடைச்சிருக்கேன்னு எத்தனை பேருக்கு வயிற்றெரிச்சல் தெரியுமோ?”

அவருக்கு பதில் சொல்வதற்குள் இரண்டாம் மாடி வந்து அவர் வெளியேறினார்.

தன்னுடைய புதிய வேலையைப் பற்றி இத்தனைப் பேச்சும் விவாதமும் இருப்பது வேடிக்கையாக இருந்தது. இன்று காலை பத்து மணி வரைத் தனக்கு இந்த வேலையைப் பற்றித் தெரியாது என்றால் எல்லாரும் நம்பக்கூட மாட்டார்கள் என்று தோன்றிற்று.

அவள் தன் அறையை அடைந்தபோது லஞ்ச் டைம் முடிந்து ஐந்து நிமிஷங்கள் ஆகியிருந்தன. தான் வந்து விட்டதை நேரிலேயே தெரிவிக்கலாம் என்ற எண்ணத்துடன் அவள் அவருடைய அறைக் கதவுக்குச் சென்றாள், கதவைத் தட்டப் போகையில் உள்ளே பலத்த குரலில் அவர் கத்துவது கேட்டது.

ஆஃபீஸில் நுழைந்த அன்றே யாரைப் பார்த்துக் கத்துகிறார் என்று அவளுக்கு பயமேற்பட்டது.

“ஐ டோன்ட் கேர்! ஐ கான்ஸடாண்ட் நோ நான்ஸென்ஸ்!” படபடவென்று அவர் மேலே பொரிந்து தள்ளி சடாரென்று ரிஸீவரைக் கீழே வைக்கும் ஓசைக் கேட்டதும் அவள் சப்தமில்லாமல் தன் இருப்பிடத்துக்குச் சென்றாள். காரணம் புரியாமல் அவர் மேல் ஒரு அனுதாபம் ஏற்படுவது ஆச்சரியமாக இருந்தது.

இனம் இனத்தோடு சேரும்!

அந்தக் காரணம் நிச்சயமில்லை என்று அவள் தனக்குள் சொல்லிக் கொண்டாள். சுறுசுறுப்பும் புத்திசாலித்தனமும் பளிச்சிட்டு அந்த முகத்தில் கண்டிப்பாக சின்னத்தனமோ அகம்பாவமோ இல்லை. அதுதான் நமது அனுதாபத்துக்கு காரணம்...

அரைமணி கழித்து டெலிபோன் ஒலித்தது. சேர்மனுடைய டைரக்டர் டெலிஃபோன்.

“மாலதி?”

“யெஸ் ஸார்?”

“வந்தவுடன் ரிப்போர்ட் செய்வதற்கென்ன? மத்தியான்ன ஸியஸ்டாவுக்கெல்லாம் என் ஆஃபீஸில் இடமில்லை. உடனே வாருங்கள்!”

“யெஸ் ஸார்!”

லேசாக முகம் சிவக்க அவள் விரைந்தாள்.

❖ ❖ ❖

அத்தியாயம் 5

கதவை ஒருமுறை மெல்லத் தட்டிவிட்டு அவள் உள்ளே சென்றாள்.

வைத்தீச்வரன் கன்னத்தில் கையை வைத்துக்கொண்டு, வெகு தீவிரத்துடன் மேஜைமேல் இருந்த பேப்பர் வெய்ட்டைப் பார்த்துக் கொண்டிருந்தார். பார்வையில் அசாத்திய கோபம் தெரிந்தது.

'முசுடு என்று கேள்விப்பட்டேன்' என்று மிஸஸ் மல்ஹோத்ரா சொன்னது அவளுக்கு நினைவு வந்தது.

இது சுவாபாவிக முசுட்டுத்தனம் இல்லை என்று தோன்றிற்று காரண காரியத்துக்குட்பட்ட நியாயமான கோபமாக இருக்க வேண்டும். சற்றுமுன் அவளிடம் விவஸ்தையில்லாமல் அவர் கத்தினது அதற்குத் தேவைப்பட்ட ஒரு வடிகால்...

அவரது கவனத்தைக் கவர்வதற்காக அவர் எதிரில் அவள் நின்றாள்.

அவர் சட்டென்று சுயநினைவுக்கு வந்தவர்போல் நிமிர்ந்து,

"என்ன விஷயம்?" என்றார்.

தனக்குள் எழுந்த வியப்பைக் காண்பித்துக் கொள்ளாமல் மெல்லிய குரலில், "நீங்கதான் சொல்லணும். கூப்பிட்டேளே கொஞ்ச முன்னாடி..." என்றாள்.

அவருடைய இறுகிப்போயிருந்த தசைகள் மெல்ல இளகின. அதரங்களில் சின்ன புன்னகை கூட அரும்பிற்று.

"ஆமாம்; உட்கார். ஒரு முக்கியமான கடிதாசு எழுதணும்."

அவர் மளமளவென்று கடிதத்தை டிக்டேட் செய்துகொண்டு போனார். அவள் சுருக்கெழுத்தில் தலைநிமிராமல் எழுத ஆரம்பித்தாள்.

அதைத் தொடர்ந்து நாலைந்து கடிதங்களை முடித்து. உடனடியாக ஒரு ஃபைலைப் பிரித்து அவளைப் பார்க்காமலேயே.

"இதையெல்லாம் டைப் அடிச்சுக் கொண்டுவா சீக்கிரமா... நா கையெழுத்துப் போட்டுட்டு ஒரு காரியமா வெளியிலே போகணும்" என்றார்.

"ஓ.கே.!" என்றபடி அவள் விரைந்தாள்.

சற்றுமுன் அவளிடம் கோபமாகப் பேசினதைப்பற்றின நினைவே அவருக்கு இல்லை என்று உணர்கையில் அவளுக்கு வேடிக்கையாக இருந்தது. அடுத்த முக்கால்மணி நேரத்துக்குள் தயாராகிப்போன கடிதங்களுடன் அவள் அவரெதிரில் நின்றபோது, அவர் நம்ப முடியாத வியப்புடன் அவளைப் பார்த்தார்.

"இத்தனை சீக்கிரம் அடிச்சாச்சா? குட்!"

முகம் இப்பொழுது நன்றாகவே மலர்ந்து போயிருந்தது.

கடிதங்களைப் பார்வையிட்டு கையெழுத்துப் போட்டு விட்டு நிமிர்ந்து அவளைப் பார்த்து பளீரென்று புன்னகைத்தார்.

"பர்ஃபெக்ட்! ரொம்ப சுத்தமான வேலை!"

அவள் கூச்சத்துடன், "தாங்க்யூ!" என்றாள்.

"இந்த ஃபைலைக் கொஞ்சம் பார்த்து, முக்கியமா கவனிக்க வேண்டிய விஷயத்துக்கு குறிப்பெடுத்து வை. நாளைக்குப் பார்க்கலாம்!"

"நா இப்ப வெளியிலே போறேன் போனையெல்லாம் அட்டெண்ட் பண்ணு!"

"ஓகே. ஸார்"

மேற்கொண்டு அவர் எதுவும் பேசாமல் கிளம்பினார்.

அவர் கொடுத்துச் சென்ற ஃபைலில் அவள் ஆழ்ந்திருக்கையில் டெலிபோன் ஒலித்தது.

மறுமுனையில் அத்தையின் குரல் பதட்டத்துடன் கேட்டது:

“மாலு, நீ சித்த சீக்கிரம் வந்தியானா தேவலை!”

அவளுள் சட்டென்று ஒரு கலவரம் படர்ந்தது.

“என்ன அத்தை?”

“போன்லே எப்படிச் சொல்றதுன்னு தெரியல்லே, வர்றியா?”

அத்தையின் குரல் தீனமாக ஒலித்தது, இறைஞ்சுகிற மாதிரி.

அவளுக்கு ‘திக்’கென்றது.

“உங்களுக்கு உடம்பு சரியாயில்லையா?”

“எனக்கொண்ணுமில்லே!”

“நளினி வந்துட்டாளா அவளுக்கு ஏதாவது உடம்பா?”

“அவளைப்பத்தின விஷயம்தான். நீ வந்தாத் தேவலை... ஏன், வர சௌகரியப்படாதா?”

மாலதி சில வினாடிகள் யோசித்தாள். வைத்தீச்வரன் இல்லாத சமயத்தில் ஆபீஸை விட்டுவிட்டுப் போவதை அவர் நிச்சயம் விரும்பமாட்டார் என்று யோசனையேற்பட்டது. அத்தையின் குரலில் தொனித்த அவசரத்தைக் கண்டு குழப்பமேற்பட்டது. இதுவரை அத்தை ஆபீஸுக்குப் போன் செய்ததில்லை.

“என்ன மாலு?”

“வரேன் அத்தே... இன்னும் இருபது நிமிஷத்திலே வந்துடுவேன்.”

“அப்ப சரி.” என்ற அத்தையின் குரலில் பெரிய நிம்மதி தொனித்தது.

என்ன விஷயம் என்று புரியாமல் மனசுக்குள் ஆயிரம் பயங்கள் தோன்றின. மறுநாள் தன்னால் வர முடியுமோ முடியாதோ என்கிற சந்தேகத்தில், ஒரு குறிப்பு எழுதி வைத்தீச்வரனின் மேஜை மேல் வைத்துவிட்டுக் கிளம்பினாள்.

வீட்டுக் கதவைத் திறந்த அத்தையின் முகம் அழுத முகம்போல் கன்னிச் சிவந்திருந்தது. அவளைப் பார்த்ததும் கண்களில் நீர் துளிர்த்தது.

“என்ன அத்தே?”

குமுறிக் கொண்டு அழுகை வந்து விட்டது அத்தைக்கு. அவளுடைய நிலையைப் பார்த்து மாலு பீதியுடன் அவளது தோளைக் குலுக்கிக் கேட்டாள்:

“என்ன ஆச்சு அத்தே? நளினிக்கு என்ன ஆச்சு? எங்கே அவ?”

“உள்ளே படுத்திண்டிருக்கா... இப்பத்தான் கண்ணை மூடிண்டிருக்கா. நீ இப்பப் போகாதே!”

“என்ன நடந்தது சொல்லுங்களேன்!”

அத்தை தன்னை ஒருவழியாக சமாளித்துக்கொண்டு சொன்னாள்:

“தினமும் போல நளினி ஒருமணிக்கு வீட்டுக்கு வந்து சேரல்லே. ஒண்ணரை மணி ஆச்சு, இரண்டு மணி ஆச்சு, எனக்குக் கவலையாப் போச்சு. அடுத்தத் தெருவிலே தீப்பிகான்னு ஒரு பெங்காலி பொண்ணு இவ ஸ்கூலுக்குப் போறாளே, அந்த ஞாபகத்திலே அவ! வீட்டுக்குப் போய் அரைகுறை ஹிந்தியிலே விசாரிச்சேன். தீப்பிகாவுடைய அம்மா ஆச்சரியப்பட்டாள். ‘தீப்பிகா அப்பவே வந்துட்டாளே’ன்னா. ‘பஸ்ஸ்டாண்ட்டிலே நளினி இறங்கினாளே’ன்னுது அந்தப் பொண்ணும். எனக்கு என்ன செய்யறதுன்னு தெரியல்லே. அதே ஸ்கூலுக்குப் போற இந்தத் தெரு பொண்களாத்துக்கெல்லாம் போய் விசாரிச்சேன் அதே தகவலைத்தான் எல்லோரும் சொன்னா. இன்னும் ஒரு அரைமணி நேரம் பார்த்துட்டு, அப்புறம் உனக்கு டெலிபோன் பண்ணலாம்னு நினைச்சேன். ஏதாவது ஒரு சினேகிதி வீட்டுக்கு இது பாட்டுக்குப்போய் உக்காந்திருக்கலாம் என்கிற நம்பிக்கையிலே, வாசப்படியிலேயே தெருக்கோடியைப்

பார்த்தபடி உக்காந்திருந்தேன். திடீர்னு தெருக்கோடிலேந்து நளினி அழுதுண்டு வரது தெரிஞ்சது. ஒரு மோட்டார் சைக்கிள் சரேல்னு கோடிலேந்து கிளம்பினது எனக்கு ஞாபகம் வந்தது...”

மாலதிக்கு மார்பு படபடத்துக் கொண்டு வந்தது. பொறுமையில்லாமல், ஆத்திரம் கட்டுக்கடங்காமல் அத்தை சொன்ன விஷயத்தைக் கிரகிக்க முயன்றாள்.

“நளினி இருந்த நிலையைப் பார்த்துப் பதறிப் போயிட்டேன் மாலு...”

“எப்படி இருந்தா?” பூதமாய் எழும்பிய பயத்தில் மாலதியின் குரல் லேசாக நடுங்கிற்று.

அத்தையின் கண்களில் வெறும் துக்கம் தெரியவில்லை. மிக ஆழமான சோகம் தெரிந்தது.

“டிரஸ்ஸிலேயும் தலைமயிரிலேயும் ஒரே மண்ணும் புல்லும்... கன்னமும் கையும் காலும்... கன்னிக் கீறல் விழுந்து குதறின மாதிரி...”

“வேண்டாம். சொல்லாதீங்கோ!” மாலதியின் விழிகள் பிதுங்கின.

“யாராம்...? எப்படி, எங்கே அழைச்சுண்டு போனாளாம்?”

“அது ஒரேயடியா பயந்து போயிருக்கு... ஒண்ணுமே சொல்லத் தெரியல்லே. ஸ்கூல் பஸ்ஸிலேந்து இறங்கி வீட்டுக்கு வர்றச்சே யாரோ ரெண்டு பேர் மோட்டார் சைக்கிள்ளே வந்து இத விசுக்குன்னு தூக்கிண்டு எங்கோ போனாளாம். கத்த முடியாம வாயைப் பொத்தினாளாம். எங்கேயோ அழைச்சுண்டு போய் என்னென்னமோ பண்ணாங்கறது... மேலமேல கேட்டா அதிகமா அரண்டு போகுமேன்னு எனக்குப் பயம். இந்த மாதிரி அக்கிரமத்துக்கப்புறம், கொலையே செஞ்சுடுவான்னு கேள்விப்பட்டிருக்கேன். தெய்வாதீனமா கொண்டு விட்டுப் போயிருக்கான்கள் இந்த மட்டும்...”

மாலதிக்கு உடம்பெல்லாம் கொதித்தது. இதயம் விண்டுவிடும் போல் அடித்துக்கொண்டது.

“அவளுக்கு அவன்களை அடையாளம் சொல்லத் தெரிஞ்சுதா?”

“மீசை இருந்ததுங்கறா மத்தபடி ஒண்ணும் தெரியல்லே. பயமாயிருக்குன்னு அழறது... வெந்நீரைப் போட்டு உடம்பைத் துடைச்சுவிட்டு வேற உடுத்தினேன். கட்டாயப்படுத்தி ரசஞ் சாதத்தை ஊட்டி விட்டேன். உடம்பு வலிக்கு ஒரு மாத்திரையைக் குடுத்துத் தூங்கப் பண்ணேன். அதுக்கப்புறம் தான் திடீர்னு எனக்குத் தாங்கல்லே... நீ வந்துட்டாத் தேவலைன்னு தோணிச்சு, பக்கத்தாத்துக்கு ஓடிப் போய் போன் பண்ணினேன்.”

நம்ப முடியாத திகைப்புடன் மாலதி படுக்கையறைக்குச் சென்றாள்.

கம்பளிக்குமேல் தெரிந்த நளினியின் முகத்தில் இன்று அதிகமாகப் பால் வடிந்தது. நிராதரவாக பலவீனமாகத் தெரிந்தது.

மாலதிக்குக் கண்களில் நீர் நிறைந்தது. கட்டுக்கடங்காமல் ஆத்திரம் பொங்கிற்று.

இவள் குழந்தை... பச்சைக்குழந்தை!

குழந்தைக்குத் தீங்கிழைக்கும் அளவுக்கு மிருகமாகிப் போன ஜென்மங்கள் இருக்கிறார்கள்! எப்படிப்பட்ட கயவர்களாக இருக்கவேண்டும் அவர்கள்...!

நினைக்க நினைக்க அவளுள் பீதி படர்ந்தது. பாதுகாப்பே இல்லாத இந்த சமூகத்தில் நான் என்ன செய்யப் போகிறேன்... இவளை எப்படி வளர்க்கப் போகிறேன்! இந்த விபத்து இவளுள் ஏற்படுத்தப் போகும் சாயைகளிலிருந்து இவளை எப்படி மீட்கப் போகிறேன்? இன்றைய அதிர்ச்சியின் பாதிப்பை இவள் ஆயுசுக்கும் சுமக்கப் போகிறாள்... அதை இந்தப் பிஞ்சு எப்படித் தாங்கப் போகிறது?

நளினி அயர்ந்த நித்திரையில் இருந்தாள்.

மாலதி சப்தமில்லாமல் வெளியில் வந்தாள்.

கூடத்தில் அமர்ந்திருந்த அத்தை இன்னமும் அழுது கொண்டிருந்தாள். அவளைப் பார்த்ததும்,

"என்ன ஜாதகம்டீ உனக்கு! இப்படியா விடாம சோதனை மேல சோதனையா வரும்?" என்று புலம்பினாள்.

"எனக்கு மனசு ரொம்ப கெட்டின்னு நினைச்சுப்பேன். இன்னிக்கு ஆடிப் போயிட்டேன். என்ன அக்கிரமம் பிடிச்ச ஊர் இது. மாலு! நம்ப ஊர்லே இந்த மாதிரி எல்லாம் கேள்விப்பட்டதேயில்லே..."

"போலீஸுக்குச் சொல்லணும் அத்தே!"

அத்தை திடுக்கிட்டவள் போல் அவளைப் பார்த்தாள்.

"போலீஸும் வேண்டாம், ஒன்றும் வேண்டாம். குழந்தை நம்மகிட்ட வந்து சேர்ந்ததே பெரிசுன்னு பேசாம இரு! சும்மா வேண்டாத விளம்பரமாப் போகும். பொண் குழந்தை. அதோட எதிர்காலமே பாழாய்ப் போயிடும்... அப்புறம் நாம மறக்கப் பார்த்தாலும் ஊர் நம்மை மறக்க விடாது!"

"அந்தப் போக்கிரிகளைச் சும்மா விட்டா அவா தொடர்ந்து அக்கிரமம் பண்ணமாட்டாளா?"

"இந்தப் பொண்ணுக்கு எதுவும் சொல்லத் தெரியலே. எந்த ஆதாரத்தை வைச்சுப் போலீஸ் அவாளைப் பிடிக்கப் போறா? சும்மா உன்னைத்தான் அலைகழிப்பா. குழந்தையையும் கேள்வி கேட்டுப் புண்ணைக் கிளறி விட்டுண்டே இருப்பா. நமக்கொண்ணும் லாபமாயிருக்காது..."

"மறுபடியும் அந்தப் போக்கிரிகள் நளினியைத் தொந்தரவு பண்ணமாட்டான்கள்னு என்ன நிச்சயம்?"

"அதுக்கு யார் இடம் கொடுக்கப்போறா? நா இன்னிக்குத் தீர்மானம் பண்ணியாச்சு. நா நளினியை தஞ்சாவூருக்கு அழைச்சுண்டு போயிடறேன். உனக்கு வேலையை விட முடியாதுன்னா நீ இங்கேயே இரு. வேலை செய்யற பொம்மனாட்டிகளுக்கு இங்கே ஹாஸ்டல் இருக்காமே... அங்கே இருந்துக்கலாம். பாதுகாப்பா இருக்கும்."

அத்தையின் குரலில் கண்டிப்புத் தெரிந்தது. வார்த்தைகளில் தீர்மானம் பளிச்சிட்டது.

அத்தை அவளது எண்ணத்தை செயல்படுத்தினால், தன்னுடைய வாழ்வில் அது ஒரு மிகப்பெரிய திருப்பமாக இருக்கும் என்கிற கவலை அவளுள் எழுந்தது.

❖❖❖

6 அத்தியாயம்

பஸ்ஸ்டாப்பை நோக்கி வேக நடை போடுகையில் எதிர்த்த வரிசையில் சாவித்திரி பந்துலுவும், விமலா சர்மாவும் சுவாரஸ்யமாக ஏதோ பேசிக் கொண்டிருப்பது தெரிந்தது. கையையும், கண்ணையும் அசைத்து அசைத்துப் பேசுவதிலிருந்து ஏதோ கனமான விஷயமாக இருக்க வேண்டும் என்று தோன்றிற்று.

அவளைப் பார்த்தவுடன் சற்று குரலைத் தாழ்த்தினாற்போல் மாலதிக்குப் பிரமையேற்பட்டது.

நம்மைப் பற்றிய விஷயமாக இருக்குமோ?

நளினிக்கு நேர்ந்த விபத்தைத் தெரிந்து கொண்டிருப்பார்களோ...?

விஷயத்தைப் பிரபலப்படுத்தக் கூடாது என்று அத்தை ரொம்பக் கண்டிப்பாக இருந்தாள். அத்தையின் போக்கு ரொம்பப் பிற்போக்கு என்று தோன்றிற்று.

இந்த சாவித்திரியும், விமலாவும் பெண்களைப் பெற்றவர்கள். குழந்தை என்று நினைக்கும் பெண்ணுக்கும் ஏற்படக் கூடிய விபத்தைப் பற்றி இவர்களுக்குத் தெரிவது நல்லதில்லையா...? ஜாக்கிரதையாக இருக்க மாட்டார்களா?

கண்களில் நீர் நிரம்பி வழியை மறைத்தது. அதை அவசரமாக விழுங்கிக் கொண்டு அவள் காத்திருந்த பஸ்ஸில் ஏறினாள்.

அப்பா இருக்கும் வரை இதைப்பற்றிய யோசனையே இல்லாமல், இந்த மாதிரி விஷயங்களைப் பற்றிப் பேப்பரில் எப்பொழுதாவது

படிக்கும் போது, இப்படிக் கூடக் குரூரம் நடக்குமா என்கிற வியப்பு மட்டுமே மனசில் படிய, அப்பாவிடம் அதைப்பற்றி விவாதிக்கக் கூட கூச்சப்பட்டுக் கொண்டு காலம் கழிந்துவிட்டது... அப்பா முனை திரும்புவதற்குக் காத்திருந்த மாதிரி எப்படி இப்படி நடந்தது?

'என்ன ஜாதகம்டீ உன்னுது?' அவளுக்கு மறுபடியும் கண்ணில் நீர் நிறைந்தது.

எங்கோ, ஏதோ கோளாறிருக்கவேண்டும்... நிச்சயம் அவளிடமோ அல்லது அவள் ஜனித்த நேரத்திலோ ஏதோ கோளாறிருக்கவேண்டும். அல்லது படைத்தவன் வைத்த புள்ளிகளில் எசகுபிசகாயிருக்க வேண்டும்.

எத்தனை சரளமான வாழ்க்கை அமைகிறது மற்றவர்களுக்கு! இந்த சாவித்திரிக்கும், விமலாவுக்கும் எந்தப் பிரத்தியேகப் பிரச்சினையும் இருப்பதாகத் தெரியவில்லை இருந்திருந்தால் நிச்சயம் இப்படி தினந்தோறும் தெருவில் காலை வேளையில் மற்றவர்கள் பிரச்சினைகளை அலச நேரமிருக்காது. அவர்களுக்கும் பெண்கள் இருக்கிறார்கள். பள்ளிக்கூடத்திற்கும் காலேஜுக்கும் போகிறார்கள். எந்த அசம்பாவிதமும் நடந்ததாகத் தெரியவில்லை. ஸ்கூலுக்குப் போகும் எல்லாப் பெண் குழந்தைகளுக்கும் இப்படி விபத்து ஏற்படுவதில்லை.

நாம் மட்டும் ஏன் இப்படி ஏமாளியாக இருக்கிறோம்?

எதையும் எதிர்பார்க்காமலே ஏற்படும் ஏமாற்றங்கள்... ஆசைப்படாமலே நிராசையாகிப் போகும் காரியங்கள்...

இந்த வக்கிரமான சுழற்சிக்கு ஏதேனும் அர்த்தமிருக்குமா? வியாக்கியானத்துக்கு உட்பட்ட சுழற்சியா இது?

பஸ் ஒரு பெரிய குலுக்கலுடன் நின்றது. அவள் சட்டென்று சுயநினைவுக்கு வந்தாள். தனக்கு ஏற்பட்டுக்கொண்டு வரும் அதிர்ச்சிகளுக்கெல்லாம் அர்த்தங்களைத் தேடிக்கொண்டு அலைந்தால் குருட்டு மூலைதான் எதிரே நிற்கும் என்று தனக்குள் சொல்லிக் கொண்டாள்.

ஆபீஸ் கட்டடத்தை அடைந்ததும் வலப்புறம் லைப்ரெரியின் நுழைவாயில் தெரிந்தது. அதன் பக்கமே திரும்பாமல் அவள் நேராக லிஃப்டுக்குச் சென்றாள். இன்றைக்கு யாரையும் பார்த்துப் புன்னகைக்கக் கூடத் தெம்பில்லாமல் மனசு குழம்பியது.

லிஃப்ட் மேலே போயிருந்தது. அவள் பட்டனை அமுக்கிக் காத்து நின்றாள்.

"ஹலோ!"

அவள் திடுக்கிட்டுத் திரும்பினாள்.

வைத்தீச்வரன் அவளருகில் நின்றிருந்தார். அதரங்களிலிருந்த புன்னகை முகத்தினில் ஆச்சரியகரமான இளமையைத் தோற்றுவித்தது.

"குட்மார்னிங் ஸார்!"

"குட்மார்னிங்! என்ன இன்னிக்கு லேட்?"

வாயைத் திறந்துகொண்டு நின்ற லிஃப்டில் நுழையும் போது, இவரிடம் என்ன காரணம் சொல்லுவது என்ற குழப்பதுடன் அவள் மௌனமாக நின்றாள். அவளிடமிருந்து அவர் எந்த விதமான பதிலையும் எதிர்பார்க்கவில்லை என்று தோன்றிற்று.

"நேத்து நா போனப்பறம் யாராவது போன் பண்ணினாங்களா?... எஜுகேஷன் செகரட்டரி முக்கியமான 'டாக்' ஒண்ணு அனுப்பறதா சொல்லியிருந்தார். வந்ததா?"

அவரை நேரடியாகப் பார்க்கத் தெம்பில்லாமல் அவள் லேசாகத் தலையைக் குனிந்தபடி சொன்னாள்:

"எனக்குத் தெரியாது நானும் நேத்து சீக்கிரமாக கிளம்பிட்டேன்..."

திடுக்கிட்டாற்போல் அவர் நிமிர்ந்து பார்த்தார்.

சுறுசுறுவென்று கோபம் ஏறுவது தெரிந்தது. அவர்கள் வெளியேற வேண்டிய நிலை வந்ததும், விடுக்கென்று வெளியேறி அவளைக் கோபத்துடன் பார்த்தார்.

“யார் உனக்கு அனுமதி கொடுத்தது? நீ இருப்பே என்கிற நம்பிக்கையிலே தானே நா கிளம்பிப் போனேன்? இப்படிச்கூட நம்பகமில்லாத ஒரு செகரட்டரி இருந்தா நா எப்படி இந்த ஆபீஸை நடத்தறது...?”

அவருடைய குரல் உயர்ந்து கொண்டு போயிற்று. பக்கத்து அறைகளில் இருப்பவர்கள் எல்லாருக்கும் காது கேட்கும் என்கிற பயம் அவளுள் எழுந்தது.

“ஸாரி ஸார்...” என்றாள் அவள் மெல்லிய குரலில்

“வீட்டிலேந்து ஒரு அவசர மெஸ்ஸேஜ் வந்தது, உடனடியா வரும்படி. வேறு வழியில்லாம போனேன்.”

அவர் ஆபீஸ் அறைக்குள் நுழைந்த படியே கத்தினார்: “ஐ டோண்ட் வாண்ட் ஆல் நட் புல்ஷிட்!”

அழுகை வெடித்துவிடும் போல் இருந்தது. அவள் லேசாகக் குரலை உயர்த்திச் சொன்னாள். ஆங்கிலத்தில்:

“நான் கதை அளக்கவில்லை... என் குழந்தைக்கு ஏதானும் ஆபத்து என்றால் நான் ஒருத்திதான் இருக்கிறேன், அவளை கவனிக்க...”

அவருடைய முகத்தில் சட்டென்று ஒரு இளக்கம் தெரிந்தது. பார்வை தாழ்ந்தது.

தன் அறைக் கதவைத் திறந்து உள்ளே நுழைந்தபடி குரலை இறக்கிச் சொன்னார்:

“ஐ'ம் ஸாரி... நீ உன் சீட்டுக்குப் போகலாம்!”

அவள் பதில் பேசாமல் தன் இடத்திற்குச் சென்றாள்.

இவருக்கும் இவருடைய மனைவிக்கும் ஒத்துவரவில்லை என்றால் அதற்கான காரணத்தை ஆராயவேண்டிய அவசியமில்லை என்று திடீரென்று தோன்றிற்று. கொஞ்சங் கூடப் பொறுமையில்லாத இவருடன் ஆயுசுக்கும் ஒருத்தி எப்படிப் பொறுமையுடன் இருப்பாள்...?

அவள் தன் எரிச்சலை அடக்கிக்கொண்டு அன்றைய வேலையை ஆரம்பித்தாள்.

நேற்று முடிக்காத வேலையெல்லாம் காத்திருந்தன. டைப் அடிக்கையில் மனசு நழுவி நழுவி வேலையில் பதிய மறுத்தது. நளினியின் பால் வடியும் முகமும், பீதி நிறைந்த பார்வையும் கண்ணில் கட்டி நின்று ஒரு குற்ற உணர்வைக் கிளப்பிற்று. நளினியைக் கவனிக்கும் விஷயத்தில் எந்த வகையிலோ நாம் நழுவி விட்டோம் என்று மனசு குறுகுறுத்தது.

அப்பா இருக்கும்வரை என்னுள் இருக்கும் இந்த இயலாமை புலப்படவில்லை. ஒரு தாயாருக்கு சுவாபாவிகமாக மகளிடம் இருக்க வேண்டிய கரிசனம் எனக்கு எப்பொழுதுமே இல்லாமல் இருந்திருக்க வேண்டும்... அவளைப் பார்க்கும்போதெல்லாம் ஜெயராமனின் நினைவு ஏற்படுவது இந்த விட்டேறித்தனத்திற்குக் காரணமாக இருக்கவேண்டும். இந்த என்னுடைய அசட்டைதான் நேற்று நடந்த விபத்துக்குக் காரணம்... இல்லாவிட்டால் நான் முன்னெச்சரிக்கையாக இருந்திருப்பேன்...

நளினியே இதை உணர்ந்திருக்க வேண்டும் என்று அவள் நினைத்துக் கொண்டாள். இரவு முழுவதும் நளினி விழித்துக் கொள்ளாவிட்டாலும் தூக்கத்தில் அழுதாள், பயந்தாள், பிதற்றினாள்...

“எனக்குப் பயமாயிருக்கு... நா பாட்டியோட ஊருக்குப் போறேன்...”

‘ஊருக்குப் போயிடறேன்...’

உள்மனத்துப் பயங்கள் இவை... அவள் மீது குழந்தைக்குள் ஏற்பட்டுப்போன நம்பிக்கையில்லா தீர்மானங்கள் இவை.

இல்லாவிட்டால் ஒரு சராசரி பெண் குழந்தை பயம் என்றால், ‘என்னை விட்டுப் போகாதே!’ என்றல்லவா தாயைப் பிடித்துக் கொள்ளும்...

இதற்கெல்லாம் நான் தான் காரணம்... அவள் மீது வைக்க வேண்டிய அளவு பாசத்தை நான் வைக்காதது தான் காரணம்.

இன்று காலையில் கண் விழித்ததுமே, “நா ஸ்கூலுக்குப் போகமாட்டேன்...” என்றாள் நளினி ஷிணித்துப் போன குரலில்.

முந்தைய நாள் நிகழ்ச்சியைப் பற்றிய விவரத்தைக் கேட்பதா, வேண்டாமா என்று குழப்பமாக இருந்தது. அடிப்பட்ட பட்சி மாதிரி இருக்கும் அந்த மென்மையான முகத்தை அவள் மெல்ல வருடினாள்.

“வேண்டாம் கண்ணு உடம்பு முடியலேன்னா ரெஸ்ட் எடுத்துக்கோ. இரண்டு நாள் கழிச்சுப் போலாம்...”

நளினியின் பார்வையில் பீதி தெரிந்தது. ஒரு தீவிரமான பிடிவாதத்துடன் வார்த்தைகள் வந்தன:

“இரண்டு நாள் கழிச்சும் போகமாட்டேன்!”

“ஏன்?”

“ஏன்னா... ரொம்பக் கெட்டவா இருக்கா இங்கே... என்னைப் புடிச்சுண்டு போயிடுவா. போயி, போயி...”

விழிகள் அலைபாய்ந்தன. கம்பளியின் விளிம்பில் தெரிந்த சிறிய விரல்கள் லேசாக நடுங்கின.

“என்னைக் காயப்படுத்துவா! கொன்னுடுவா! நா போகமாட்டேன். ரஞ்சனாவுடைய அம்மா பஸ்ஸ்டாப்புக்கு வரா... பத்மினியுடைய அம்மா வரா... எனக்கு நீ வருவியா?” வார்த்தைகளில் சீற்றமும் துக்கமும் வெடித்தது.

“பாட்டியை அனுப்பறேன் கண்ணு... இத்தனை நாளும் அனுப்பாதது தப்புதான். இனிமே...”

“வேண்டாம். பாட்டி ஊருக்குப் போயிடுவா. அப்புறம் என்னை யார் பார்த்துப்பா?”

குரலிலிருந்த குற்றச்சாட்டு அடிவயிற்றை சங்கடப்படுத்திற்று.

“வேலைக்காரி யாரையாவது ஏற்பாடு பண்ணுவேன் கண்ணு...”

“வேண்டாம்... வேண்டாம்...”

நளினி ஓசைப்படுத்தாமல் குப்புறப்படுத்துக் கொண்டு விசும்பி விசும்பி அழ ஆரம்பித்ததும், மனசில் ஏற்பட்ட கலக்கத்தைக் காண்பிக்காமல் அவள் இதமாக வருடினாள்.

“அழாதே நளினி... நீ இப்ப ஸ்கூலுக்குப் போக வேண்டாம்!”

அறையை விட்டு வெளியே வரும்போது, நெஞ்சில் பெரிய பாரம் அமர்ந்து விட்டாற்போல் கனத்தது. ‘இந்தக் குழந்தையை நாம் எப்படிச் சமாளிக்கப் போகிறோம்...? நேற்றைய நிகழ்ச்சியின் வடு ஆயுசுக்கும் நின்று போகுமோ?’

“நளினியை நா டாக்டர்கிட்ட அழைச்சிண்டு போறேன் அத்தை!”

அப்பொழுதுதான் பூஜையை முடித்துக்கொண்டு வந்திருந்த அத்தையின் முகம் தூய்மையாகத் தெரிந்தது. லேசான சோகம் இழையோடிற்று.

“யாராவது தெரிஞ்ச லேடி டாக்டர் இருந்தான்னா இரண்டாம் பேர் அறியாம பார்க்கச் சொல்லு. வீட்டுக்கே வந்து... மத்தபடி குழந்தை மனசுலே இருக்கிற பயத்தை நாம் மெள்ள மெள்ள சரி பண்ணிடலாம்.”

மனசில் ஏற்பட்டுப் போயிருந்த பயத்தில் சுயசிந்தனையே இல்லாமல் போயிற்று. அவள் உடனடியாகப் பக்கத்துத் தெருவில் இருந்த டாக்டர் மோஹினியை அழைத்து வந்தாள்.

அனாவசிய வார்த்தைகள் பேசாமல், செய்தி ஏற்படுத்திய ஆத்மார்த்த வருத்தத்தில் மௌனமாகப் பரீட்சித்து, மோஹினி மாலதியிடம் மெல்லிய குரலில் சொன்னாள்:

“கடவுள் புண்ணியத்தில் விபரீதம் ஏதும் ஆகவில்லை. ரப்ச்சர் எதுவும் தெரியவில்லை... பலாத்காரபடுத்த முயன்றிருக்கிறார்கள். உங்கள் நல்ல காலம் சீக்கிரமாகத் திருப்பிக்கொண்டு விட்டுப் போயிருக்கிறார்கள். உடம்பு வலிக்கும் ஜுரத்துக்கும் மருந்து தருகிறேன். ஆனால், இந்த விபத்தின் அதிர்ச்சி ரொம்ப நாளைக்குக் குழந்தைக்கு இருக்கும். ஜாக்கிரதையாக இருக்க வேண்டும். சைக்காட்ரிஸ்டிடம் போக வேண்டியிருக்கும்...”

அவள் சென்றதும் அத்தை அழுத்தமாகச் சொன்னாள்:

“மனசையெல்லாம் நா சரி பண்ணிடறேன். நீ கவலைப்படாதே! இன்னிக்குக்கூட நீ ஆபீஸுக்குக் கிளம்பிப்போ... நா பாத்துக்கறேன். இங்கேயே இருந்தியானா வேண்டாத குருட்டு யோசனைதான் வரும். உனக்குத்தான் அப்புறம் மனோவைத்தியம் பார்க்கவேண்டி வரும்...”

டெலிபோன் ஒலித்தது.

மாலதி சடக்கென்று சுய நினைவுக்குவந்தாள்.

“ஹலோ”

“மாலதி, இங்கே கொஞ்சம் வர முடியுமா, ப்ளீஸ்?”

வைத்தீச்வரனின் குரலில் அசாதரணமான கனிவு தொனித்தது.

❖❖❖

7 அத்தியாயம்

நோட்டையும் பென்சிலையும் தயாராக எடுத்துக்கொண்டு அவள் வைத்தீச்வரனின் அறைக்குள் நுழைந்தாள்.

"ப்ளீஸ், ஸிட்டவுன்!"

குரல் மிருதுவாக ஒலித்தது. மன்னிப்புக் கேட்கிற மாதிரி.

லேசான வியப்புடன் அமர்ந்து, நோட்புக்கைப் பிரித்து அவள் தயாரான போது, அவர் மெல்லிய குரலில் சொன்னார்:

"நோட்புக்கை மூடி வை. நோ டிக்டேஷன்!" அவள் திடுக்கிட்டு நிமிர்ந்து பார்த்தாள்.

அவருடைய அதரங்களில் ஒரு மெல்லிய புன்னகை இழையோடிற்று. கண்களில் இதுவரை யாரிடமுமே அவள் பார்த்திராத கனிவு பளிச்சிட்டது.

"ஐ'ம் ஸாரி... உங்கிட்ட நா அப்படிக் கோபமா பேசியிருக்கக் கூடாது. ரொம்ப அவசியமா இருந்தாலொழிய நீ நேத்து கிளம்பிப் போயிருக்க மாட்டேன்னு எனக்குப் புரியறது. இப்ப சொல்லு. உன் பொண்ணுக்கு என்ன ஆச்சு நேத்து?"

அவள் மெல்லிய திகைப்புடன் அவரைப் பார்த்தாள். இத்தனை சீனியர் ஆபீஸர் தன்னுடைய உதவியாளரிடம் மன்னிப்புக் கேட்பது இந்த அலுவலக சரித்திரத்தல் அவள் கேள்விப்படாதது.

"என்னாலே ஏதாவது உதவி பண்ண முடியும்னா செய்யறேன். என்ன உடம்பு உன் பொண்ணுக்கு? இங்க இருக்கிற பெரிய

கவர்ன்மெண்ட் ஆஸ்பத்திரியிலே எனக்குத் தெரிஞ்ச டாக்டர்ஸ் இருக்கிறார்கள்."

வார்த்தைகளில் நிஜமான கரிசனம் தொனித்தது. சற்றுமுன் நடு வராந்தாவில் யோசனையில்லாமல் கத்தினதற்கு முழுசாகப் பிராயச்சித்தம் தேடும் வேகம் தெரிந்தது. காய்ந்த மண்ணில் பட்ட ஈரம்போல் அவளுள் சட்டென்று ஒரு நெகிழ்ச்சி ஏற்பட்டது.

"ஆஸ்பத்திரிக்கு அழைச்சுண்டு போகும்படியா இருக்காதுன்னு நினைக்கிறேன்" என்றாள் மெல்ல.

"என்ன ஆச்சு? வீட்டிலே யாருமில்லையா துணைக்கு?"

"இப்போதைக்கு என் அத்தை இருக்கா. உங்ககிட்ட எப்படிச் சொல்றதுன்னு எனக்குப் புரியலே."

"உன்னை நா வற்புறுத்தலே மாலதி... சொல்லலாம்னா சொல்லு. என்னால முடிஞ்ச உதவி செய்வேன். நா உன்னுடைய 'பாஸ்' என்கிற கூச்சம் உனக்கு இருக்கக் கூடாது."

அவருடைய குரலிலோ, வார்த்தையிலோ, பார்வையிலோ ஏதோ இருந்தது. சாதாரணமாகத் திறக்கவே தயங்கும் மனக்கதவு மெல்லத் திறந்தது. தன்னைக் கட்டுப்படுத்திக் கொள்ள இயலாதவள் போல் அவளை நேற்றிலிருந்து பாரமாய் அழுத்திய பளுவை இறக்க ஆரம்பித்தாள்.

அவள் முடித்தபோது துக்கத்திலும் அவமானத்திலும் கன்னங்கள் சிவந்து, நெற்றிப் பொட்டும் மேலுதடும் வியர்த்திருந்தன. கண்களில் நீர் திரையிட்டிருந்தது.

"ஓ, காட்!" என்றார் அவர் அதிர்ச்சியுடன். "தட் இஸ் டெரிபில்! ஐ'ம் ஸோ ஸாரி மாலதி! உங்க அத்தை சொல்றது சரின்னு தோணறது... குழந்தைக்கு ஒரு மாறுதல் ஏற்பட்டா சம்பவத்தை மறக்கறது சுலபமா இருக்கும்."

"எனக்கு ஒண்ணும் புரியலே..." என்றாள் அவள் குழப்பத்துடன்.

"குழந்தையை எத்தனை நாளைக்கு அத்தைகிட்ட ஒப்படைச்சிட்டு இங்கே நா இருக்க முடியும்னு தெரியலே..."

"ஓ, டோண்ட் வொரி" என்றார் அவர் இதமாக.

"அவசியம்னு வரும்போது சொந்த அத்தைகிட்ட குழந்தையை விடறதுக்கு ஏன் யோசிக்கணும்? சமயத்துக்கு உதவ ஆள் இருக்கிறதை நினைச்சு சந்தோஷப்படு. இல்லேன்னா இன்னும் எத்தனைப் பிராப்ளமாகியிருக்கும்?"

அவர் சொல்வது வாஸ்தவம்தான் என்கிற நினைப்புடன் அவள் பேசாமல் இருந்தாள்.

அவர் ஏதோ தீவிர யோசனையுடன் எழுந்து ஜன்னலருகில் சென்று வெளியே தெரிந்த ஆகாசத்தைப் பார்த்தபடி நின்றார்.

'வெரி ஸாட்... வெரி ஸாட்...' என்றார் தமக்குள்.

"போலீஸுக்குப் புகார் செய்து ஏதும் லாபமில்லை. வர வர குழந்தைகளுடைய உலகம் ரொம்பப் பாதுகாப்பில்லாத உலகமாகப் போயிடுத்து மாலதி... நமக்கெல்லாம் அவங்களைக் கவனிக்க நேரமில்லே. சின்ன வயசிலேந்து பலவிதமான அதிர்ச்சிகளைத் தாங்களே தாங்கிக்கும்படியான நிலை குழந்தைகளுக்கு ஏற்பட்டுப் போச்சு. எத்தனைப் பெரிய சோகம் அது பாத்தியா...? நீ ஒரு நிர்பந்தத்தாலே வேலைக்கு வர்றே! நிர்பந்தமேதுமில்லாட்டாலும், இப்பல்லாம் அப்பா அம்மாக்களுக்கு வெளிவேலை அதிக முக்கியமாகக் போயிட்டது. குழந்தைகள்கிட்ட நேரத்தைச் செலவழிக்கப் பொறுமையில்லாம போயிட்டது. ஏன்னா, பிறக்கிற குழந்தைகள் முக்காலும் வேண்டப்பட்டுப் பிறக்கிற குழந்தைகள் இல்லே. எதேச்சையா பிறக்கிற குழந்தைகள்!"

அவள் திடுக்கிட்டு அவரைப் பார்த்தாள். அவர் முகத்தில் அதீதமான ஒரு சோகம் தெரிந்தது ஆகாச வெளியைத் தாண்டி பார்வை நிலைத்திருந்தது...

"இட் இஸ் எ பிட்டி!" என்றார், தமக்குள் சொல்பவர் போல்.

"இந்தக் காலத்துக் குழந்தைகளை நினைத்தால் ரொம்பப் பரிதாமாயிருக்கு எனக்கு..."

அவள் இருப்பது திடீரென்று ஞாபகம் வந்தாற்போல் அவர் திரும்பினார்.

“ஐ'ம் ஸாரி மாலதி... உன்னைக் குத்தம் சொல்றதா நீ நினைக்கக் கூடாது. பொதுவான பிரச்சினையைப் பத்திச் சொன்னேன். உனக்கு ஒரு அத்தை இருக்கிறதும், உன் பெண்ணை கவனிச்சுக்கறேன்னு ஆத்மார்த்த பிரியத்தோடு சொல்ல ஒரு பந்து இருக்கிறதும் எவ்வளவு பெரிய அதிர்ஷ்டம் என்கிறது உனக்குத் தெரியாது...”

அவள் பதில் ஏதும் சொல்லாமல் சின்னக் குழப்பத்துடன் அமர்ந்திருந்தாள். இவர் இப்பொழுது அலசுவது என் பிரச்சினையை இல்லை, தன் சொந்தப் பிரச்சினையை என்ற உணர்வு சட்டென்று தாக்கிற்று. இன்னும் மேலே என்ன பேசிக்கொண்டு போவாரோ என்று கவலையேற்பட்டது. அவர் முகத்திலும் வார்த்தைகளிலும் பளிச்சிட்ட சோகம் சங்கடப்படுத்திற்று. இவர் மிகவும் துக்கப்பட்டவராக இருக்கவேண்டும் என்று அவள் நினைத்துக்கொண்டாள். இந்த உலகத்தில் கஷ்டப்படுபவர்களுக்கு ஏக சகாக்கள் கிடைப்பார்கள் என்று தோன்றிற்று. இவர்களிடையே நூலிழையாய் ஒரு சினேகபாவம் ஓடும், கண்ணிக்குத் தெரியாத ஜீவ நதியாய். இவரை நான் புரிந்துகொள்வதும், என்னை இவர் புரிந்து கொள்வதும் அதிக கஷ்டமில்லை என்று அவளுக்கு வினோதமாகத் தோன்றிற்று.

“நேத்து நடந்த விஷயத்தைப் பத்தி அதிகமாக கவலைப்படாதே...” என்றார் அவர் தொடர்ந்து இதமாக.

“உன் அத்தையோடு குழந்தையை ஊருக்கு அனுப்பு. எல்லாம் ஒரு கெட்ட சொப்பனம் போல மறந்து போகும்.”

அவள் சற்றும் எதிர்பாராமல் அவளருகில் வந்து அவளது தோளைத் தட்டினார், சமாதானப்படுத்துவதுபோல்.

“ஓ கே. இப்ப வேலையைப் பார்ப்போமா?”

அவள் லேசாகிப் போன மனசுடன், மெல்லிய புன்னகையுடன் டிக்டேஷன் எடுத்துக் கொள்ளத் தயாரானாள்.

சட்டையை மாற்றிக் கொள்ளும் லாகவத்துடன் வைத்தீச்வரன் அலுவலக விஷயத்துக்குத் தாவினார்.

மளமளவென்று நான்கு கடிதங்களை டிக்டேட் செய்தவுடன்,

"இதை டைப் அடிச்சுண்டு வா! இன்னிக்கே அனுப்பணும்" என்றார்.

டைப்ரைட்டரின் முன்னால் உட்கார்ந்ததும் அவளுக்கும் சொந்தப் பிரச்சினைகள் மறந்து போயின. விரைவில் அடித்து முடித்து அவரிடம் எடுத்துச் சென்ற போது,

"குட்!" என்று அவர் பெரியதாய் புன்னகைத்தபோது ஒரு மெல்லிய உற்சாகம் கூட ஏற்பட்டது.

"கீழே லைப்ரரயிலே உன்னைப் பார்க்க யாரோ வந்திருக்கிறதா லைப்ரேரியன் போன் பண்ணினார். போய் பார்த்துட்டு வா!"

"யாரு?" என்றாள் அவள் வியப்புடன்.

"தெரியலே. யாராவது உன்னுடைய அட்மைரரா இருக்கக் கூடாதா?"

அவளுக்கு லேசாக முகம் சிவந்தது. அவருடைய சிரிப்பு வினோதமாக இருந்தது. யார் என்று தெரிந்தும் சொல்லாமலிருக்கிறார் என்று தோன்றிற்று.

"போயிட்டுவா!" என்றார் அவர் மறுபடியும்.

"இங்கே இப்ப முக்கியமான வேலையில்லே... வரும்போது ப்ராவர்ஜப்வாலாவுடைய 'ஹீட் அண்ட் டஸ்ட்' எடுத்துண்டு வா! சினிமா பார்க்கிறதுக்கு முன்னாடி படிச்சுடலாம்னு பார்க்கறேன்."

"சரி..." என்றபடி அவள் லிஃப்டுக்குச் சென்றாள். கீழே இறங்குகிறவரை நம்மைப் பார்க்க வந்திருப்பது யாராயிருக்கும் என்ற கேள்வி குறுகுறுத்தது.

லிஃப்ட்டின் கதவு திறந்து லைப்ரரிக்குள் பிரவேசித்ததும் ஒரு பெரிய ஆயாசம் புகுந்துகொண்டது.

சர்மா, அவளைப் பார்த்ததும் முகம் மலர்ந்து நாற்காலியில் அமர்ந்திருந்தவர் எழுந்தார்.

“ஹலோ மாலதி, எப்படியிருக்கிறீர்கள்?”

“பைன், தாங்க்யூ!” என்று அவள் புன்னகைத்தாள்.

“உங்களைப் பார்ப்பதற்கென்றே வந்தேன். உங்களுக்குப் பிரமோஷன் ஆனது எனக்குத் தெரியாது...”

“பிரமோஷன் ஒன்றுமில்லை” என்றாள் அவள் கூச்சத்துடன்.

“வேலை மாற்றம்தான்.”

“கீழேயிருந்து மேலே போயிருக்கிறீர்களா இல்லையா?” என்று சர்மா சிரித்தார் பிறகு குரலைத் தாழ்த்திக் கொண்டு, “காண்டீனுக்குப் போகலாம் வாருங்கள்... லைப்ரரியில் ஏதும் பேச முடியாது” என்றார்.

அவள் யோசனையுடன் கடிகாரத்தைப் பார்த்தாள். அவளது தோளை அவர் சினேகிதமாகப் பற்றினார்.

“மணியெல்லாம் நீங்கள் பார்க்க வேண்டாம். வைத்தீச்வரன் என் சினேகிதன்தான். அவனோடு நேரிலேயே பேசி அனுமதி கேட்டிருக்கிறேன். வாருங்கள்!”

அவளுக்குக் காரணம் புரியாமல் கோபம் வந்தது. ‘என்னுடைய விருப்பத்தைப்பற்றி உங்களுக்கு அக்கறையில்லையா’ என்று கேட்க வேண்டும் போல் இருந்தது,

“சரி, வாருங்கள்!” என்று அவள் அரைமனதுடன் கிளம்பினாள்.

காண்டீன் காலியாக இருந்தது. நேப்பாளி சர்வர் சோம்பலுடன் வந்து நின்று ஆர்டரை வாங்கிக்கொண்டு போனான்.

“சொல்லுங்கள், எப்படியிருக்கிறீர்கள்?” என்று மறுபடி. ஆரம்பித்த சர்மாவின் பார்வையில் பழைய ஆர்வம் கூச்சமில்லாமல் தெரிந்தது.

“புதிய வேலை எப்படியிருக்கிறது...? வைத்தீச்வரன் எப்படியிருக்கிறான்? உயிரை வாங்கி விடுவான் என்று கேள்விபட்டிருக்கிறேன்!”

அவளுக்கு மறுபடியும் இனம் புரியாத ஒரு கோபம் எழுந்தது.

"உண்மையாக வேலை செய்பவர்களைப் பார்த்துப் பழக்கமில்லை நம் ஜனங்களுக்கு... காரியம் செய்பவர்கள் கண்டிப்பாகத்தான் இருப்பார்கள். அதில் என்ன தப்பு?" என்றாள்.

சர்மாவின் விரிந்த கண்களில் சுவாரஸ்யம் தெரிந்தது.

"அடேயப்பா! இத்தனைத் தீவிரமாக அவனுக்கு வக்காலத்து பேசுகிறீர்களே! குட்!"

அவள் பதில் பேசவில்லை. சர்வர் கொண்டு வைத்த டீயில் சர்க்கரையைக் கலக்க ஆரம்பித்தாள்.

அவள் சற்று மௌனத்திற்கு பிறகு வெகு இயல்பாகக் கேட்பது போல் கேட்டார்.

"அன்றைக்கு நான் சொன்னதை மறுபடி யோசித்துப் பார்த்தீர்களோ?"

அவள் திடுக்கிட்டு அவரைப் பார்த்தாள். சுறுசுறுவென்று கிளம்பிய கோபத்தை அடக்கியபடி நிதானமாகச் சொன்னாள்:

"மிஸ்டர் சர்மா, நான் அன்றைக்கே என் எண்ணத்தை விளக்கி விட்டேன் என்று நினைத்தேன். மறுபடி யோசித்துப் பார்க்கவோ, விவாதிக்கவோ வேண்டிய விஷயமில்லை அது, என் வரையில்!"

"ஓ கே... ஓ கே!" என்றார் சர்மா கம்பீரமாக.

"உங்களை நான் ஏதும் வற்புறுத்த மாட்டேன்."

நீண்ட மௌனத்திற்குப் பிறகு ரகசியக் குரலில் அவர் தொடர்ந்தார்:

"வைத்தீச்வரனை எனக்குப் பல வருஷங்களாகத் தெரியும். அவனுடைய வாழ்க்கை போன போக்கைப் பார்த்தே எனக்குத் திருமணம் என்பதில் நம்பிக்கையில்லாமல் போய்விட்டது."

"ப்ளீஸ் மிஸ்டர் சர்மா, அவரைப் பற்றி இப்பொழுது என்ன?" என்று அவள் இடைமறித்தாள்.

"ஒன்றுமில்லை" என்றார் சர்மா மேம்போக்காக.

"எத்தனைப் பரிதாபம் என்று நான் நினைத்துக் கொள்வேன். மகா கெட்டிக்காரன். எல்லாப் பரீட்சையிலேயும் யூனிவர்ஸிடி ஃபஸ்ட். ரொம்ப ஆசைப்பட்டு மிகத் தீவிரக் காதலோடு திருமணம் செய்துகொண்டான். அவன் மனைவிக்கு இவனும் வேண்டாம்; குழந்தையும் வேண்டாம் என்கிற எண்ணம் ஏற்பட்டு விட்ட போது..."

"மிஸ்டர் சர்மா, நான் கிளம்புகிறேன், நேரமாகிவிட்டது..."

சர்மா அவள் கையைப் பற்றி உட்கார வைத்தார்.

"ஓ, என்ன நீங்கள்? ஒரு அறிவார்ந்த பரிமாறலுக்குக் கூட நான் அருகதை இல்லையா?"

அவள் சரேலென்று எழுந்தாள்.

"ஸாரி மிஸ்டர் சர்மா! இவையெல்லாம் பேச எனக்கு நேரமில்லை..."

அவள் விருவிருவென்று நடந்து லிஃப்டில் ஏறி தன் இருப்பிடத்தை அடைந்தபோது, திடீரென்று வைத்தீச்வரனை நினைத்து மிகுந்த பரிதாபம் ஏற்பட்டது.

❖❖❖

அத்தியாயம் 8

பஸ் நிலையத்தில் எக்கச்சக்கக் கூட்டம் இருந்தது. இரண்டு 602 நிற்காமலே போயிற்று.

மாலதிக்குக் கால் கடுத்துப் போயிற்று. முந்தின இரவு சரியாகத் தூங்காததில் ஒரேயடியாய் அசத்திற்று. அதிக நேரம் நிற்க முடியாது என்று நினைத்தபடி அவள் ஆட்டோ ரிக்ஷாவைத் தேடி நடந்தாள்.

வழக்கமாகக் காத்து நிற்கும் ஸ்கூட்டர்களை இன்று காணோம். சடசடவென்று மழைத்துளிகள் விழ ஆரம்பித்ததும் அவள் அவசரமாகத் தெருவைக் கடந்து, எதிர்த்த சாரியில் இருந்த மரத்தின்கீழ் ஒதுங்கிக் கொண்டாள். மரத்தை ஒட்டினாற்போல் ஒரு டீக்கடை இருந்தது. மழை பெய்ய ஆரம்பித்ததில் அதிக சுறுசுறுப்பாகியிருந்தது. அவளது அலுவலகத்தில் வேலை பார்க்கும் சில பேர்கள் கடைக்குள் ஒதுங்கிக் கொண்டு தேநீருக்காகக் காத்திருந்தார்கள்.

அவளைப் பார்த்ததும் லேசாகப் புன்னகைத்தார்கள்.

மழை சற்று பலமாகப் பிடித்துக்கொண்டது. டீக்கடையில் அங்கு ஏற்கெனவே நிற்பவர்களின் தலைகள் நனையாமல் இருக்க மட்டுமே இடம் இருந்தது. வேறு எங்குபோய் தன் தலையைக் காப்பாற்றிக் கொள்வது என்று யோசனை செய்கையில், ஹார்னைப் பலமாக ஒலித்தபடி ஒரு கார் அருகில் வந்து நின்றது.

வைத்தீச்வரன் முன்கதவைத் திறந்து, "ஏறிக் கொள்!" என்றார்.

முக்கால்வாசி நனைந்துபோன நிலையில் அவள் மறுமொழி ஏதும் சொல்லாமல் ஏறி அமர்ந்துகொண்டாள்.

வண்டியின் கதவைச் சாத்திக் கொள்ளும்போது, டீக்கடையில் நிற்பவர்கள் எல்லாம் மழையைப் பொருட்படுத்தாமல் குனிந்து பார்ப்பது தெரிந்தது.

நாளைக்கு ஆபீஸில் இது ஒரு சுவாரஸ்யமான விவாதமாக இருக்கப் போகிறது என்கிற நினைப்பு தமாஷாக இருந்தது.

இவர்களுக்கு எப்படித்தான் விஷயங்கள் கையில் லட்டு மாதிரி விழுகின்றன!

“எங்கேயிருக்கு உன் வீடு?”

அவள் சுயநினைவுக்கு வந்து, “ஆர்.கே.புரம்” என்றாள்.

“உங்கள் வீடு எங்கே?”

“ஷாஜஹான் ரோடு.”

“ஓ!” என்றாள் அவள் கூச்சத்துடன்.

“எங்கேயாவது ஸ்கூட்டர் ஸ்டாண்டிலே என்னை இறக்கி விட்டுடுங்கோ... உங்க வீட்டிலேந்து ரொம்ப தள்ளி என் வீடு!”

“அதனாலே என்ன, ஒரே ஊர்தானே?”

அவளுக்குத் தயக்கமாக இருந்தது. இந்த மழையில் ஆட்டோ கிடைப்பது கூடக் கஷ்டம் என்கிற உணர்வில் பேசாமல் இருந்தாள்.

கார் ஷாஜஹான் ரோடில் சென்று ஹுமாயூன் ரோடுக்குள் நுழைந்தது.

அவள் முகத்தில் இருந்த கேள்விக்குறியைப் பார்த்து விட்டு, அவர் மெல்லிய புன்னகையுடன் சொன்னார்:

“என் வீட்டில் டீ அருந்திவிட்டுப் பிறகு உங்கள் வீட்டிற்குப் போகலாம்.”

“உங்களுக்கு வீண் சிரமம்...” என்ற அவளது முணுமுணுப்பை அவர் பொருட்படுத்தியதாகத் தெரியவில்லை.

ஏதோ தீவிர யோசனையில் இருந்தவர்போல் காணப்பட்டார்.

ஒரு பெரிய வீட்டின் காம்பவுண்டுக்குள் வண்டி நுழைந்தது. வண்டிச் சத்தம் கேட்டவுடன் உள்ளேயிருந்து ஒரு நேப்பாளி ஆள் குடையுடன் ஓடி வந்தான்.

"மேம்ஸாபுக்குக் கொடு, நான் இப்படியே போய் விடுகிறேன்" என்றபடி, வைத்தீச்வரன் கார் கதவைச் சாத்திய கையுடன் திரும்பியே பார்க்காமல் வீட்டை நோக்கி நடந்தார்.

அவள் தயக்கத்துடன் உள்ளே நுழைந்த போது, அவர் வரவேற்பறையைத் தாண்டி உள்ளே எங்கோ போய்விட்டிருந்தார்.

அவள் உட்கார்ந்த சோபாவுக்குப் பக்கவாட்டு மேஜையில் ஒரு பெண்ணின் புகைப்படம் வெள்ளி ஃப்ரேமில் பொருத்தப்பட்டிருந்தது. அழகிய முகத்தில் அலட்சிய சிரிப்புத் தெரிந்தது. கண்களில் காந்தம் போல் ஏதோ ஒன்று ஈர்த்தது.

"மாலதி!" அவள் சடக்கென்று திரும்பினாள்.

வைத்தீச்வரன் கையில் ஒரு டர்கிஷ் டவல் வைத்துக்கொண்டு நின்றிருந்தார்.

"தலையைத் துவட்டிக்கோ... ரொம்ப நனைஞ்சுட்டே போலேயிருக்கே?"

அவருடைய குரலிலிருந்த கனிவு ஆச்சரியகரமான நெகிழ்வை ஏற்படுத்தியது.

"தாங்க்யூ!" என்று வெட்கத்துடன் சிரித்து. அவள் டவலை வாங்கி தலையைத் துவட்டிக்கொண்டாள்.

நேப்பாளி ஆள் தேநீரையும், பிஸ்கெட்டையும் கொண்டு வந்து வைத்தான்.

'கேட்பதா, வேண்டாமா' என்கிற கூச்சத்துடன் அவள் மெல்லிய குரலில் கேட்டாள்;

"வீட்டிலே யாருமில்லையா?"

“என் பிள்ளையும் நானும்தான். அவன் விளையாடப் போயிருக்கானாம். இந்த மழையிலே நனைஞ்சு படுத்துக்காம இருக்கணும்...”

அவரது கண்களில் இதுவரை அவள் பார்த்திராத விசனமும் யோசனையும் தெரிந்தன. பார்வை அடிக்கடி ஜன்னல் வழியாக வெளியே நின்றது.

அவள் தேநீர் அருந்துகிறவரை காத்திருந்தாற்போல் அமர்ந்திருந்தவர் சட்டென்று எழுந்தார்.

“பத்து நிமிஷம் வெயிட் பண்றியா? என் பிள்ளையை அழைச்சுண்டு வந்துடறேன் கார்லே... வேலைக்காரனுக்குப் பொறுப்பே கிடையாது. மழையிலே அழைச்சுண்டு வந்துடுவான். விக்ரமுக்குச் சட்டுனு ஜுரம் வரும்!”

அவளுடைய பதிலுக்குக் காத்திராமல் அவர் வெளியேறினார்.

அவர் முகத்தில் இருந்த தவிப்பைப் பார்க்கப் பரிதாபமாக இருந்தது.

“மிகத் தீவிரக் காதலோடு திருமணம் செய்துகொண்டான்...”

அவள் அந்த வெள்ளிச் சட்டத்துக்குள் இருந்த அழகிய முகத்தைப் பார்த்தாள்.

வைத்தீச்வரன் பிரியம் வைத்தால் அது மிகத் தீவிரமாகத்தான் இருக்க வேண்டும் என்று அவள் நினைத்துக்கொண்டாள். ஆழமாக உணரத் தெரிந்தவர்களுக்குள் தான் கனிவு சுரக்கும் குரலில் ஒலிக்கும். பின் பிசிறு எங்கே அடித்தது?

‘அவன் மனைவிக்கு இவனும் வேண்டாம், குழந்தையும் வேண்டாம் என்கிற எண்ணம் ஏற்பட்டு...’

அவளுக்குத் திகைப்பாக இருந்தது. ஏன்? எதனால் ஏற்பட்டிருக்கும்?

அவள் மறுபடியும் புகைப்படத்தைப் பார்த்தாள்,

எப்படிப்பட்ட காந்தப் பார்வை! ஆட்கொள்ளும் பார்வை இவளுக்கு எப்படி மனசு வந்திருக்கும், சௌகரியமான

வாழ்க்கையையும், வைத்தீச்வரனைப் போன்ற கணவனையும் விட்டுச் செல்ல... குழந்தை வேறு இருக்கும் போது!

அந்த அலட்சியப் புன்னகைக்கு என்ன வெல்லாமோ அர்த்தங்கள் சொல்லலாம் என்று தோன்றிற்று. அந்தப் பார்வைக்கும் சிரிப்புக்கும் பின்னால் ஒரு சமாதானமாகாத வேட்கை இருக்குமோ என்று சந்தேகம் ஏற்பட்டது. அப்படிக் கூட பெண்கள் இருப்பார்களா, குழந்தையும் வேண்டாம் என்கிற அளவுக்கு என்று அவள் வியந்தாள்.

“கிளம்பலாமா மாலதி?”

அவளுடைய முதுகுக்குப் பின்னால் மெலிதாக வார்த்தைகள் ஒலித்தன.

அவள் சுழன்று திரும்பினாள்.

“குழந்தையை அழைச்சுண்டு வந்தாச்சா?”

“ஓ! பின்பக்கக் கதவு வழியா மேல அழைச்சுண்டு போனேன். படுக்க வைக்கச் சொன்னேன் ஆளை.”

படுக்க வைப்பானேன் என்று அவள் நினைத்துக்கொண்டாள்.

“உடம்புக்கொண்ணுமில்லையே?”

“இல்லே! கொஞ்சம் எச்சரிக்கையா இல்லேன்னா ஏதாவது வந்துடும்.”

தனியாகச் சமாளிக்க வேண்டிய கவலையில் இவர் அதிகமாகப் பாதுகாக்கிறார் என்று தோன்றிற்று.

அவளையறியாமல் அவளது பார்வை ஒருமுறை அந்தப் புகைப்படத்துக்குச் சென்றது.

பிறகு சரக்கென்று திரும்பி வைத்தீச்வரனுடன் வாயிலை நோக்கிச் சென்ற போது, புகைப்படத்தில் இருந்தவளின் சிரிப்பு துரத்திக்கொண்டே வந்தாற் போல் பிரமையேற்பட்டது.

மழை வெகுவாக நின்றுவிட்டிருந்தது. இங்கிருந்து வேலை மெனக்கெட்டு இவர் ராமகிருஷ்ணபுரம் வருவது

பைத்தியக்காரத்தனம் என்கிற நினைப்புடன் அவள் மீண்டும் சொன்னாள்:

“மழை நின்னு போச்சு, ஸ்கூட்டர்லே போய்க்றேன்.”

அவர் முன்கதவைத் திறந்துவிட்ட படியே மெல்லிய குரலில் சொன்னார்:

“ப்ளீஸ், ஏறு மாலதி... எனக்குக் கிடைக்கிற அற்ப சந்தோஷத்தை ஏன் தடுக்கிறே?”

அவள் மேற்கொண்டு ஏதும் பேசாமல் உட்கார்ந்துகொண்டாள்.

“உங்க குழந்தை தனியா இருப்பானேன்னு நினைச்சேன்...”

ஒரு வினாடி அவளைத் திரும்பிப் பார்த்து மீண்டும் தெருவைப் பார்த்து, அவர் மெதுவாகச் சொன்னார்:

“அவனுக்கு அது பழகிப் போச்சு!”

மேலே பேச்சை எப்படித் தொடர்வது என்று அவள் திகைத்தாள்.

வைத்தீச்வரன் சில வினாடிகள் பேசாமல் வண்டியை ஓட்டினார். பிறகு சரேலென்று அவளைப் பார்த்து,

“என்னைப்பத்தி ஏற்கெனவே உனக்கு விவரங்கள் தெரிஞ்சிருக்குமே? சர்மாவே சொல்லியிருப்பானே?” என்றார்.

நேரடியான இந்தக் கேள்விக்கு என்ன பதில் சொல்வது என்று அவள் விழித்தாள்.

“நா எந்த வம்பையும் காதிலே போட்டுக்கறதில்லே!”

“குட்! அப்ப என்னைப்பத்தி நிச்சயம் வம்பு இருக்குன்னு அர்த்தம்! எனக்கு அதைப்பத்தின கவலையில்லே. ஒரு சுவாரஸ்யத்துக்காகப் பேசப்படற வம்பிலே பொல்லாத்தனம் ஏதும் இல்லேன்னு நா நம்பறேன்... நீ என்னைப்பத்தி என்ன கேள்விப்பட்டாயோ எனக்குத் தெரியாது. உன்னுடைய என்னைப்பத்தின கணிப்பு என்னைப் பாதிக்காது. ஏன்னா, என் வாழ்க்கையை நானேதான் அனுபவிக்கணும்... என் கஷ்டங்களுக்கு நானே தான் பரிகாரம் தேடணும்...”

அவள் பதிலே பேசாமல் அவரது குரலிருந்த சோகத்தை உணர்ந்து கொண்ட பச்சாதாபத்துடன் அமர்ந்திருந்தாள்.

தனக்குள் பேசிக் கொள்பவர்போல் அவர் முணுமுணுத்துக் கொண்டார்:

"என் பாரத்தை நானேதான் சுமக்கணும்..."

அவள் தன்னைக் கட்டுப்படுத்திக் கொள்ள இயலாத இதத்துடன் சொன்னாள்.

"நடுவிலே கொஞ்சம் இறக்கிக் கூட வைக்கலாம் ஸார்! சில சுமைதாங்கிகள் கண்ணுக்குப்படாம போகாது!"

சட்டென்று அவர் அவளைத் திரும்பிப் பார்த்தார். மெல்லிய புன்னகை முகத்தின் இறுக்கத்தைத் தளர்த்த, லேசாக உணர்ச்சிவசப்பட்ட குரலில் சொன்னார்:

"தாங்க்யூ மாலதி... நா அதை ஞாபகம் வெச்சுக்கறேன்."

சற்றுநேரம் மௌனமாக ஓட்டிய பிறகு, வெகு இயல்பான விஷயமொன்றைச் சொல்வது போல் சொன்னார்:

"நீ பாத்துண்டிருந்தியே அந்த போட்டோ, அது என் ஒய்ஃப் ஊர்மிளாவுடையது!"

அவர் இதைச் சொல்வார் என்று எதிர்பார்க்காத கூச்சத்தில். "ஓ!" என்றாள்.

"அழகி மாத்திரமில்லே, ரொம்ப புத்திசாலி."

இதை ஏன் இவர் தன்னிடம் சொல்கிறார் என்று அவளுக்கு ஆச்சரியமேற்பட்டது.

"ரொம்ப புத்திசாலித்தனம் இருந்ததானா அதுக்குத் தகுந்தமாதிரி சஞ்சலமும் மனசிலே இருக்கும்னு நினைக்கறேன்... பொறுமை இருக்காதுன்னு நினைக்கறேன்..." அவள் இருப்பதையே மறந்து தம்முள் மூழ்கிப் போனவராய் அவர் பேசிக்கொண்டு போனார்.

"புத்திசாலித்தனத்துக்குத் தகுந்த மாதிரி எதிர்பார்ப்புகள் அதிகமாயிட்டதுன்னா எத்தனை பெரிய ஆபத்துத்

தெரியுமோ...? வாழ்க்கையையே நாசமாக்கக் கூடிய ஆபத்து அது! எதிர்ப்பார்த்தது கிடைக்கலேன்னா அதனாலே ஏற்படற ஏமாத்தம் இருக்கே, அது ஒரு ஜுவாலை மாதிரி. அதைத் தாங்க உனக்கு சக்தி இல்லேன்னா உன்னையே அது பொசுக்கிடும்...!"

திடீரென்று விழித்துக்கொண்டு, தன்னை சமாளித்துச்கொண்டவர் போல் அவளைப் பார்த்து அவர் லேசாகக் சிரித்தார்.

"என் ஒய்ஃப்புக்கு அந்த மாதிரிதான் ஓர் ஆபத்து ஏற்பட்டிருக்கு... என்னோட அவ இப்ப இல்லே. அவளை நினைச்சா வருத்தப்படாம இருக்க முடியலே எனக்குன்னா, யாரும் நம்பமாட்டா... ஒவ்வொரு நடப்புக்கும் ஒரு பின்னணிக் காரணம் உண்டுங்கறதை கவனிக்க யாருக்கும் பொறுமையில்லே. முக்கியமா வம்பர்களுக்கு!"

இவ்வளவு தூரத்திற்கு அவர் தன் நிலையை விளக்க நேர்ந்ததை நினைத்து அவளுக்குப் பாவமாக இருந்தது. தன்னுடைய செகரட்டரி தன்னைப் பற்றித் தப்பிதமாக நினைக்கக்கூடாது என்று வலிய முயற்சி எடுக்கிறாரோ என்றும் சந்தேகம் ஏற்பட்டது.

வீடு வந்து விட்டது. மழை நன்றாக நின்றுவிட்டது.

"உள்ளே வந்துட்டுப் போங்களேன்!" என்றாள் மெள்ள.

"இன்னொரு நாளைக்கு. உன் பெண்ணை கவனி. என்ன வயசுன்னு சொன்னே?"

"ஆறு"

"மை காட்! அத்தனைச் சின்னப் பெண்ணா? ரொம்ப அநியாயம் மாலதி! புவர்கிட்!"

ஞாபகப்படுத்தப்பட்டதில் வேதனை ஒரு சீற்றத்துடன் கிளம்பிற்று.

"வி ஆர் பிரெண்ட்ஸ் மாலதி! உன் பாஷையிலே, ஒருத்தருக்கொருத்தர் சுமைதாங்கி, ரைட்?" என்றார்.

❖❖❖

அத்தியாயம் 9

அத்தை தீர்மானித்துவிட்டாள் உடனடியாக மூட்டைக் கட்ட, அதற்குமேல் நளினி கிளம்பத் தயாராக நின்றது ஆச்சரியமாக இருந்தது. வீட்டை விட்டு வெளியே காலடி வைக்கவே அவள் பயந்தது ஸ்பஷ்டமாகத் தெரிந்தது.

"தஞ்சாவூர்லேயும் இவ இப்படி பயந்தான்னா என்ன பண்ணுவேள் அத்தே?" என்று மாலதி கவலைப்பட்டாள்.

"பயப்படமாட்டா" என்றாள் அத்தை. நிச்சியமாக,

"பக்கத்திலேயே ஸ்கூல் இருக்கு. துணைக்கு வேலைக்காரி மீனாட்சியை அனுப்புவேன் கவலைப்படாதே. தஞ்சாவூர்லே எனக்கு எந்தக் கஷ்டமுமில்லே. சகாயத்துக்கு நிறைய மனுஷா இருக்கா. ஸ்கூல் ஸெகரட்டரி உறவுக்காரர். அட்மிஷனப் பத்திக் கவலையில்லே மேற்படி ட்யூஷனுக்குக் கூட ஏற்பாடு பண்ணிடுறேன். நம்ப ஊர் என்ன இருந்தாலும் பாதுகாப்பான ஊர், மனுஷா எல்லாம் இன்னும் மனுஷாளாத்தான் இருக்கா. மிருகமா இல்ல!"

அத்தையின் பேச்சின் சாராட்டும் எந்த அளவிற்கு நளினிக்குப் புரிந்தது என்று தெரியவில்லை நிச்சியம் தான் பார்க்கவே பார்க்காத தஞ்சாவூர்தான் தனக்குப் பாதுகாப்பு என்ற எண்ணம் மனசில் பலப்பட்டுப் போனது. மூட்டைக் கட்டுவதில் அவள் காண்பித்த ஆர்வத்தில் தெரிந்தது.

"அம்மா நீ என்னைப் பார்க்கத் தஞ்சாவூருக்கு வருவியோ?" என்று அடிக்கடி கேட்டு சமாதானப்படுத்திக் கொண்டது மாலதிக்கு பெரிய சங்கடத்தை ஏற்படுத்திற்று.

இந்தப் பயணத்துக்காக அவளும் லீவு எடுத்துக்கொண்டு கிளம்ப வேண்டிய அவசியமில்லை என்று அத்தை சொன்னாலும் சமாதானமில்லாமல் தனக்கும் சேர்த்து டிக்கெட் வாங்கினாள்.

"மேலதிகாரி புதுசுங்கறே! முசுடுன்னு சொல்றாங்கறே! லீவு கொடுப்பாரா?"

"கொடுப்பார் அத்தை இங்கேயும் மனுஷத்தனத்தோடு இருக்கிற மனுஷா இல்லாம இல்லே!"

அவளுடைய கையைப் பிடித்து "வி ஆர் ஃப்ரண்ட்ஸ் மாலதி!" என்று அவர் சொன்னது நினைவுக்கு வந்தது லேசாக சிலிர்ப்பேற்பட்டது.

"ஒருத்தருக்கொருத்தர் சுமைதாங்கி; ரைட்?"

எத்தனை எளிமையாக இருக்கிறார் என்று வியப்பேற்பட்டது எந்த அதிகாரி தன்னுடைய பி.ஏ.யிடம் இப்படிப் பேசுவார்?

அலுவலகத்துக்குக் கிளம்பத் தயாராகும் போது தீப்பிகாவின் அம்மா உள்ளே நுழைந்தாள்.

"என்ன நளினியைக் காணவே காணும். உடம்பு சரியில்லையா?"

ஓ, இவளிடம் எப்படிச் சொல்வது என்று ஒரு கூச்சம் ஏற்பட்டது.

"ஆமாம் கொஞ்சம் உடம்பு சரியாயில்லை."

"என்ன உடம்பு? அன்றைக்கு உங்கள் அத்தை ரொம்பச் கவலைப்பட்டு அவளைத் தேடிக்கொண்டு வந்தார். பிறகு எங்கே இருந்தாளாம்? இரண்டு நாட்களாக ஸ்கூலுக்குப் போகவில்லையாமே?"

சட்டென்று சொல்ல முடியாமல் ஒரு தயக்கம் ஏற்பட்டது. கேள்விகளில் இருந்த சினேகிதமும் கரிசனமும் மனத்தின் துக்கத்தைக் கிளப்பின. கண்களில் நீர் திரையிட்டது.

"என்ன மிஸஸ் ஜெயராமன்?" அதற்குமேல் கட்டுப்படுத்திக் கொள்வது சிரமமாக இருந்தது. நடந்து போனதை சுருக்கமாக விளக்கி முடித்த போது மிஸஸ் பானர்ஜியின் விழிகள் பீதியில் விரிந்தன.

“என்ன அக்கிரமம் இது மிஸஸ் ஜெயராமன் போலீஸுக்கு ரிப்போர்ட் செய்ய வேண்டாம்? எப்படிப் பேசாமல் உட்கார்ந்திருக்கிறீர்கள்?”

மாலதி சோர்வுடன் தலையைக் குனிந்துகொண்டாள்.

“எனக்கு அதற்கு தென்பில்லை மிஸஸ் பானர்ஜி. எல்லாவற்றிற்கும் நான் தனியாக அலைய வேண்டும். என் பெண்ணையும் நூறு கேள்வி கேட்டு அவள் அந்த சம்பவத்தை மறக்க முடியாமல் செய்துவிடுவார்கள் என்று பயம் ஏற்படுகிறது. நான் அவளை எங்கள் ஊர் பள்ளிக்கூடத்தில் சேர்த்துவிடப் போகிறேன். அத்தைப் பார்த்துக் கொள்கிறேன் என்கிறார்.”

“அனுப்புங்கள் இருந்தாலும், நீங்கள் பேசாமல் இருப்பது தப்பு. அந்தப் போக்கிரிகள் பிடிபட்டால்தானே இந்த மாதிரி அக்கிரமம் மறுபடியும் ஏற்படாமல் இருக்கும். வெகு கடுமையான தண்டனை இந்தக் குற்றத்திற்குக் கொடுக்கப்பட வேண்டும். பார்லிமெண்டில் நேற்று தீர்மானம் எடுத்திருக்கிறார்கள் தெரியாதா?”

“தெரியும் மிஸஸ் பானர்ஜி. நான் ரொம்ப சுயநலத்தோடுதான் பேசாமலிருக்கிறேன். எனக்கு ஏற்பட்டிருக்கிற அதிர்ச்சியிலே மனசு அதிக பலவீனமாகப் போயிருக்கிறது.”

மிஸஸ் பானர்ஜியின் முகத்தில் ஏமாற்றம் தெரிந்தது.

“இந்த மாதிரி விஷயத்திற்குக் கோபம் ஏற்படணும் மிஸஸ் ஜெயராமன்! அது பாஸிட்டிவ் ரியாஷனாக இருக்கணும்! படித்தவர்கள் எல்லாம் இப்படி பலவீனப்பட்டுப் போனால்...!”

மிஸஸ் பானர்ஜி கிளம்பினாள்.

“நல்லவேளை என்னிடமாவது சொன்னீர்கள். இனிமேல் அதிக ஜாக்கிரதையாக இருப்பேன். ஆனால் எத்தனைக் கேவலம்! தீப்பிகா டான்ஸ் க்ளாஸுக்குப் போகணும். வந்தனா பெயின்டிங் க்ளாஸுக்கு போகணும். எல்லா இடத்துக்கும் யார் எப்பவும் துணை போக முடியும்?”

மிக மிகக் கேவலமாகத்தான் போய்விட்டது என்று மாலதி நினைத்துக் கொண்டாள். துயரத்துடன் ஒரு குற்ற உணர்வு

நெஞ்சை அழுத்திற்று, மிஸஸ் பானர்ஜியின் குற்றச்சாட்டு மிக நியாயமானது என்று தோன்றிற்று. ஆனால் இதே மிஸஸ் பானர்ஜி தீப்பிகாவுக்கோ வந்தனாவுக்கோ இந்த மாதிரி விபத்து நேர்ந்திருந்தால் போலீஸுக்குப் போயிருப்பாளா?

போனாலும் போயிருப்பாள். நம்மைவிட நிச்சயம் சமூகநல உணர்வு கொண்டவளாக இருப்பாள்.

நான்தான் கோழையாகிப் போய்விட்டேன் எல்லாவிதப் பொறுப்புக்களிலிருந்தும் நழுவப் பார்க்கிறேன். பெற்ற பெண்ணையே, யாராவது காப்பாற்றட்டும் என்று விடத் துணிந்துவிட்டேன். இந்தக் குற்ற உணர்விலிருந்து என்றைக்காவது விடுவித்துக் கொள்வது சாத்தியமா என்று அவளுக்குக் கவலை ஏற்பட்டது.

அவள் பலவந்தமாகத் தன் யோசனைகளிலிருந்து தன்னை விடுவிடுத்துக் கொண்டாள். இப்பொழுது நளினியை ஊருக்கு அனுப்புவது அவளுடைய நன்மைக்காகத்தான் என்று சொல்லிக்கொண்டாள் வேலைக்காரியை நம்பி ஆபீஸுக்கு வருவதைவிட அத்தையிடம் ஊரில் விடுவது கவலைபடக் கூடிய விஷயமில்லை, அதுவும் இந்த சம்பவத்திற்குப் பிறகு...

லிஃப்டில் ஏறுவதற்கு முன்பே இன்று மிஸஸ் மல்ஹோத்ரா பிடித்துக் கொண்டுவிட்டாள்.

"எங்கே. மேலே போனாலும் போனீர்கள், என்னோடு பேசவே பொழுதில்லாமல் போய்விட்டது உங்களுக்கு? உங்களைப் பார்க்கக் கூட முடிவதில்லை..."

"கொஞ்சம் வேலை ஜாஸ்தியாக இருக்கிறது, மிஸஸ் மல்ஹோத்ரா. சேர்மனும் கொஞ்சம் கண்டிப்பாக இருப்பதால்..."

மிஸஸ் மல்ஹோத்ரா குறும்பாகச் சிரித்தாள்.

"உங்களிடம் இணக்கமாக இருக்கிறார் என்று கேள்விப்பட்டேன்."

மாலதி திடுக்கிட்டு நிமிர்ந்தாள்.

"வாட் டு யூ மீன்?"

மிஸஸ் மல்ஹோத்ரா ஒரு சுரணை கெட்ட சிரிப்பு சிரித்தாள்.

"நான் முன்பே சொன்னேனா இல்லையா? உங்களிடம் எந்த ஆணும் முறைக்க முடியாது என்று?"

இந்த மேம்போக்கானப் பேச்சு லேசாக எரிச்சலூட்டியது.

"நீங்கள் என்ன சொல்கிறீர்கள் என்று எனக்குப் புரியவில்லை மிஸஸ். மல்ஹோத்ரா!"

"ஓ கமான், எக்ஸைட் ஆவதற்கு ஒன்றுமில்லை! சேர்மன் சினேகிதமாக நடத்துகிறார் என்பது நல்ல விஷயம்தானே."

அவளுக்குச் சட்டென்று புரிந்தது.

"நல்லதோ கெடுதலோ சின்ன விஷபத்தை நீங்கள் எல்லாரும் பெரிது பண்ணுகிறீர்கள். நேற்று எனக்கு லிஃப்ட் கொடுத்ததைப் பற்றி உங்களிடம் யாராவது திரித்துச் சொல்லியிருப்பார்கள். கொட்டுகிற மழையில் ஒருத்தருக்கு லிஃப்ட் கொடுப்பது மனிதாபிமானம் மிஸஸ் மல்ஹோத்ரா!"

மிஸஸ் மல்ஹோத்ரா சிரித்தாள்.

"அந்த மனிதாபிமானத்தை ப்ரைவேட் செகரட்டரிக்கு மாத்திரம்தான் காண்பிக்கணுமா?" அவள் பதில் சொல்ல வாயைத் திறக்கையில் மிஸஸ் மல்ஹோத்ரா தோழமையுடன் அவளை அணைத்துக்கொண்டாள்.

"எனக்கு உங்களைத் தெரியும் மாலதி! வம்பு பேசுபவர்களுக்கென்ன, நாக்கு ஒன்று இருப்பதே பேசத்தான் என்று நினைக்கிறவர்கள் நினைத்துவிட்டுப் போகட்டும்."

மாலதி புன்னகைத்தாள். "எனக்கு இரண்டு காது இருக்கு நல்லவேளை! ஒரு காதால் கேட்டு இன்னொரு காதால் விட்டுவிடலாம்!"

மிஸஸ் மல்ஹோத்ரா பெரிதாகச் சிரிக்க லிஃப்ட் வந்து திறந்து கொண்டதும் மாலதி ஏறிக்கொண்டாள். அவளது பேச்சை நினைத்து இப்பொழுது சிரிப்பு கூட ஏற்பட்டது. இவர்கள்

எல்லாம் ஒரு சுவாரஸ்யத்துக்காகத்தான் வம்பு பேசுகிறார்கள், சேர்மன் சொன்னதுபோல,

வைத்தீச்வரன் இன்னும் வந்திருக்கவில்லை என்பதை கவனித்து அவள் அவரது மேஜையை ஒழுங்குபடுத்தி விட்டு டைப் அடிக்க வேண்டிய விஷயங்களை டைப் அடிக்கத் தன் இருப்பிடத்திற்குச் சென்றாள்.

அவர் வந்தவுடன் கூப்பிடுவார் என்கிற எதிர்பார்ப்பில் பதினொன்றரை வரை வராமல் போகவே லேசாக யோசனையேற்பட்டது. ஒன்பதே முக்காலுக்கு டாண் என்று உள்ளே நுழைந்தால் வாயு வேகத்தில் வேலை செய்து வேலை வாங்கும் சுபாவமுள்ளவர் இன்னும் ஆபீஸுக்கு வரவில்லை என்றால் ஏதாவது காரணம் இருக்க வேண்டும் என்று தோன்றிற்று.

அவருடைய வீட்டிற்கு டெலிபோன் செய்தாள். மறுமுனையில் வைத்தீச்வரனின் குரல் தொய்ந்திருந்தது.

“நா இப்பத்தான் ஆஸ்பத்திரியிலேந்து வரேம்மா!”

“உடம்பு சரியில்லையா?” என்றாள் அவள் உண்மையான கவலையுடன்.

“எனக்கொண்ணுமில்லே விக்ரம்முக்கு ரொம்ப ஜுரம். ஆஸ்பத்திரியிலே அட்மிட் பண்ணனுமோன்னு கவலையாப் போச்சு...”

“அட்மிட் பண்ணியிருக்கேளா?”

“வீட்டிலே பாத்துண்டா போரும்னு சொன்னதாலே வீட்டுக்கு அழைச்சுண்டு வந்துட்டேன். நேத்து ராத்திரி ஆட்மிட் பண்ணியிருந்தேன்!”

அவரது குரலிலிருந்த கவலையைப் பார்த்து அவளுக்குப் பாவமாக இருந்தது.

“என்னாலே ஏதாவது செய்ய முடியும்னா சொல்லுங்கோ, செய்யறேன்.” என்றாள் மிருதுவாக.

"தாங்கயூ. நானே உனக்கு போன் பண்ணனும்னு நினைச்சேன். நா அவசரமாக கையெழுத்துப் போட வேண்டிய காகிதங்களையும் பார்க்க வேண்டிய ஃபைல்களையும் இங்கே கொண்டு வா. விக்ரம்மை வேலைக்காரன்கிட்டே விட எனக்கு இஷ்டமிலலே."

"ஓ.கே ஸார்...!"

"என் கார் வரும் உன்னைப் பிக்-அப் பண்ண!"

"தாங்க்யூ ஸார்!"

அவள் எல்லாக் காகிதங்களையும் திரட்டிக்கொண்டு சேர்மனின் அறையைப் பூட்டிக் கீழே இறங்குகையில் கார் வந்துவிட்டது.

அலுவலகத்தில் பல கண்களின் பார்வை தன் மேல் பதிந்திருப்பதை உணர்ந்தும் அவள் பொருட்படுத்தாமல் ஏறி அமர்ந்தாள்.

சேர்மனின் வீட்டை அடைந்ததும் அவருடைய முகத்தை பார்த்துத் தூக்கிவாரிப் போட்டது. இரவு முழுவதும் தூங்கியிருக்க மாட்டார் என்று தோன்றிற்று. கண்களுக்கடியில் கருவட்டமும் நெற்றியில் கவலைக் கோடுகளுமாய் முகத்தில் பத்து வயது ஏறியிருந்தது. மனைவியிருந்தும் தனியாக சமாளிக்கும் அவரது நிலையைக் கண்டு அவளையறியாமல் கனிவு சுரந்தது.

காகிதங்களை நீட்டிக்கொண்டே அவள் மெள்ளக் கேட்டாள்.

"என்ன ஜுரம் விக்ரம்முக்கு?"

"வழக்கமா வர ஜுரம்தான். வரும்போதெல்லாம் பெரிய அமர்க்களமாப் போயிடும் மூச்சுத் திணறி ஆக்ஸிஜன் வைக்க வேண்டி வரும். பிறவியிலேந்து அவனுக்கு ஆஸ்துமா இன்னும் என்னென்னவோ?"

"ஐயோ பாவம்!"

அவர் சட்டென்று அவளை நிமிர்ந்து பார்த்து ஒரு சோகச் சிரிப்பு சிரித்தாள்.

"பாவந்தான். பாவத்தின் சுமைதான். இல்லாட்டா எனக்கு இப்படி ஒரு பிள்ளைப் பிறந்து, எத்தனையோ துக்கத்துக்கு என்னை ஆளாக்கி..."

அவள் பதட்டத்துடன் குறுக்கிட்டாள்.

"கடவுளே, என்ன சொல்கிறீர்கள்? குழந்தைன்னா ஜுரம் வராதா? சின்னதும் பெரிதுமா பிரச்னைகள் ஏதாவது இல்லாமலிருக்குமா? குழந்தை என்ன பாவம் பண்ணித்து?"

"குழந்தை ஒரு பாவமும் பண்ணல்லே. பண்ணினதெல்லாம் நாதான்னு சொல்றேன்."

அவள் குழப்பத்துடன் அவரைப் பார்த்தாள் அவர் எழுந்து, "இங்கே வா" என்று உள்ளே அழைத்துப் போனார்.

கட்டிலில் படுத்திருந்த அந்தப் பிள்ளையைப் பார்த்து லேசாக அதிர்ந்தாள்.

10 அத்தியாயம்

தன்னை சமாளித்துக்கொள்ள அவளுக்குச் சில வினாடிகள் பிடித்தன. இதென்ன பரிதாபம் என்று மனசு ஒரேயடியாய் ஓலமிட்டது.

லேசாக விழிகள் விரிய அவள் புதிதாய் ஏற்பட்ட விசனத்துடன் பார்த்தாள். வெள்ளை வெளேரென்ற உடம்பில் முகம் சற்றுப் பெரிதாய் காணப்பட்டது. வெறித்த பார்வையில், குறிப்பில்லாமல் சுழன்ற கண்களில், உயிர்த்துடிப்பில்லாத சதைப்பிண்டமாய் இருந்த முகத்தில் நிச்சயம் அருளில்லை!

ஓ, இது மூளை வளர்ச்சியில்லாத குழந்தை. இது வெறும் உயிர் வாழும் சதைப்பிண்டம்! இதனால்தான் அவருள் இத்தனை துக்கம், பாவ புண்ணியத்தின் ஆராய்ச்சிக்கு இதுதான் காரணம்... எத்தனைக் கொடுமையிது! அசாத்திய கெட்டிக்காரரான இவருக்கு இப்படிப்பட்ட குழந்தையா?

'பிறக்கிற குழந்தைகள் முக்காலும் வேண்டப்பட்டுப் பிறக்கிற குழந்தைகள் இல்லே. ஏதேச்சையாகப் பிறக்கிற குழந்தைகள்!'

இது வேண்டப்பட்டுப் பிறந்ததா... ஏதேச்சையாகப் பிறந்ததா?

"ஹி இஸ் எ ஸ்பாஸ்டிக் சைல்ட்" என்ற வைத்தீச்வரனின் குரல் கரகரத்திருந்தது.

"சொல்லு மாலதி! இதுக்கெல்லாம் என்ன அர்த்தம்? என்ன காரணம்?"

மிக நெருங்கிய பந்துவிடம் கேட்பது போல் வார்த்தைகள் வெளிப்பட்டன. பதில் சொல்லத் தெம்பில்லாமல் அவள் தலையைக் குனிந்துகொண்டாள்.

“ஸாரி ஸார்!” என்றாள் மெல்லிய குரலில்.

“உங்களுடைய கஷ்டம் எனக்குப் புரிகிறது.”

அவர் மௌனமாக அறையை விட்டு வெளிப்பட்டதும், அவளும் அவரைப் பின்தொடர்ந்து முன் அறைக்குச் சென்று அவரெதிரில் அமர்ந்து கொண்டாள்.

இவரை எந்த வகையில் சமாதானப்படுத்த முடியும் என்று புரியாமல் அவள் திகைத்தாள். தனியாக எப்படி சமாளிக்கிறார் என்று பரிதாபமேற்பட்டது. அவளையறியாமல் பார்வை மேஜைமேலிருந்த புகைப்படத்தின் மீது சென்றது.

எத்தனை அலட்சியச் சிரிப்பு! இதே அலட்சியத்துடன் குழந்தையை விட்டு விட்டுப் போய்விட்டாளோ? இன்னமும் அவளுடைய புகைப்படத்தை இவர் நடுக்கூடத்தில் வைத்திருப்பது ஆச்சரியமாக இருந்தது.

“இந்தமாதிரி குழந்தைகளைக் கவனிக்கறதுக்குத் தனி ஸ்தாபனங்கள் இருக்கே.”

“எனக்கு அங்கேயெல்லாம் விட இஷ்டமில்லே. அதெல்லாம் எவ்வளவு நன்னாயிருந்தாலும், என்னுடைய கையாலாகாத்தனத்தினாலே அங்கே விடற மாதிரி எனக்குத் தோணும்... இந்தக் குழந்தைக்கு என்னாலே ஒண்ணும் கொடுக்க முடியாது, பிரியத்தைத் தவிர. வேற எந்த உணர்வும் அவனுக்கு உபயோகமில்லே... அவன் எத்தனை வருஷம் உயிர்வாழப் போறான்னு நிச்சயமில்லே. அந்த சொற்ப காலத்தையும், அவனுக்கு அந்நியமான இடத்திலே ஏன் விடணும்?”

இதே விவாதம்தான் இவருக்கும் இவருடைய மனைவிக்கும் இடையே குறுக்காக நின்றிருக்க தோன்றிற்று.

அவர் மெல்லிய குரலில் பேசிக்கொண்டு போனார்:

“முன்னைக்கு இப்போ இவன் எவ்வளவோ தேவலை. பிரியம் என்கிற உணர்வுக்கு இவன் எத்தனை அழகா ரெஸ்பாண்ட் செய்யறான் என்கிறது ஆச்சரியமாயிருக்கு. இவனை நார்மலாக்க முடியாட்டாலும், போதுமான அளவு கவனம் கொடுத்தா நிறைய முன்னேற்றம் இருக்கும். ஆனா. அதுக்கு ரொம்பப் பொறுமை வேணும் தன்னலமில்லாத பிரியம் வேணும். இப்ப எல்லார் மனசும் சிறுத்துப் போச்சு மாலதி... இயற்கைக்கு விரோதமா சிறுத்துப் போச்சு!”

இடையில் குறுக்கிட்டுப் பேசுவதே அசம்பாவிதமாக இருக்கும் என்ற நெகிழ்ச்சியில் அவள் அவரையே பார்த்த வண்ணம் உட்கார்ந்திருந்தாள்.

“நா விக்ரம்மை கவனிச்சுக்கறதைப் பார்த்து, எத்தனை பொறுமை உனக்கு. எத்தனைப் பிரியம் உனக்குன்னு எல்லாரும் ஆச்சரியப்படறா. வேடிக்கையா இல்லே... என் சொந்தப் பிள்ளைக்கிட்டப் பிரியமும் அக்கறையும் நா காண்பிக்கல்லேன்னா வேற யார்கிட்டதான் காண்பிக்க முடியும்? ரத்த சம்பந்தத்தினாலே ஏற்படற பிரியம் ரொம்ப இயற்கையானதில்லையோ? ஆனா இப்ப எல்லாமே, எல்லா உறவுமே இயற்கைக்கு விரோதமா போனதாலே ரொம்ப இயல்பான விஷயம் கூட அதிசயமாத் தோணறது!”

அவளுடைய பதிலை எதிர்பார்க்காதது போல், தனக்குள் எழும் ஐயங்களுக்கு மீண்டும் விளக்கம் தேடிக் கொள்பவர் போல் அவர் ஒரு தீவிரத்துடன் பேசிக்கொண்டு போனார்.

“அது மட்டுமில்லே! இயற்கைக்கு விரோதமா நடந்துக்கற மனுஷ நடப்புக்களுகெல்லாம் இப்பக் காரணகாரிய ஆராய்ச்சி பண்ணி சப்பைக்கட்டுக் கட்டறா... ஃப்ராய்டியன் ஆராய்ச்சி! நானே இப்ப அதைப் புரிஞ்சுக்க ஆரம்பிச்சுட்டேன். ஏன்னா இந்த நம்பிக்கை எனக்குள்ள ஒரு நொண்டிச் சமானத்தைக் கொடுக்கறது. ஒரு வீரியமில்லாத சமாதானம்...”

அவர் சட்டென்று அவளை நிமிர்ந்து பார்த்து சோகமாகச் சிரித்தார்.

“எனக்கு ஊர்மிளா மேலக் கோபமே இல்லே மாலதி! அவளை நினைச்சு வாஸ்தவத்திலே எனக்கு பரிதாபமேற்படறது...”

அவள் வியப்புடன் அவரைப் பார்த்தாள். இத்தனை எளிமையான, துல்லியமான மனசு ஒருவருக்கு இருக்க முடியுமா என்ற ஆச்சரியம் நெஞ்சில் ஒரு பிரவாகத்தை எழுப்பிற்று. இப்படிப்பட்ட பொக்கிஷத்தை விட்டுவிட்டு, எதைத் தேடி ஊர்மிளா கிளம்பிப் போனாள் என்று ஒரு மெல்லிய சீற்றம் ஏற்பட்டது. காருண்யமே இல்லாத சுயநலக்காரியாக இருக்க வேண்டும்... அவள் மேல் கோபமில்லை என்கிறார்! இதற்குக் காரணம் இவரது சாத்வீக குணமா, வீரியமற்ற கையாலாகத்தனமா என்று புரியவில்லை.

அவள் கொண்டுவந்த வேலையெல்லாம் முடிந்து அவள் கிளம்பும்போது அவர் கேட்டார்:

“உன் பெண்ணை ஊருக்கு அனுப்பணும்னு சொன்னியே. முடிவு பண்ணிட்டியா?”

அந்த ஞாபகப்படுத்தலில் அவள் திடுக்கிட்டால் எப்படி இப்படி மறந்தே போனோம்? ஆனால், இந்த சமயத்தில் இவரிடம் லீவு எப்படிக் கேட்பது?

“அனுப்பணும்தான். நானும் கூடப் போய் ஸ்கூல்லே சேர்த்துட்டு வந்தாக் கொஞ்சம் சமாதானமா இருக்கும்னு நினைச்சேன். இப்ப உங்களுக்கிருக்கிற பிரச்சினையிலே நா எப்படி லீவு கேட்கறதுன்னு தயக்கமாயிருக்கு...”

“டோண்ட் வொர்ரி. நீ போயிட்டு வா பத்துநாள்லே திரும்பிடுவியா...?”

“நிச்சயமா! ஆனா, என் அத்தை தனியாகவே சமாளிச்சுப்பார். நா போசணும்ங்கறது கூட அவசியமில்லே!”

“ரொம்ப அவசியம்! குழந்தையை விட ஆபீஸ் வேலை முக்கியமானதில்லே. போயிட்டு வா. சில பொறுப்புகளை நாமேதான் ஏத்துக்கணும், உன் பெண்ணுக்கு உன்மேல் எப்படி நம்பிக்கை வரும்?”

“தாங்க்யூ ஸார்!” என்றாள் அவள் நெகிழ்ச்சியுடன். “எனக்கு என்ன தயக்கம்னா, திங்கட்கிழமைக்கு டிக்கெட் கிடைச்சிருக்கு... நாளைக்கு ஞாயிற்றுக்கிழமை. நீங்க இன்னிக்கே சொன்னாத்தான், திங்கட்கிழமை உங்களுக்கு வேற யாரையாவது சகாயத்துக்கு ஏற்பாடு பண்ணலாம். நானும் ஸப்ஸ்டிட்டியூட்கிட்ட விளக்கிட்டுப் போகலாம்.”

“சரி. நான் போன் பண்ணிச் சொல்றேன் என்னைப் பத்திக் கவலைப் படாதே...”

“நா திரும்பி வர்றதுக்குள்ளே விக்ரம் சரியாயிடுவான்னு நினைக்கிறேன்...” என்றபடி அவள் கிளம்பியபோது, அவர் அவளைத் தீர்க்கமாகப் பார்த்தார்.

“தாங்க்யூ மாலதி!” என்றார் மிருதுவாக.

“சீக்கிரமாகத் திரும்பி வந்துடு...”

வழி நெடுக அவரது ஆழமான பார்வையும், மிருதுவான வார்த்தைகளும் தொடர்ந்து வருவதுபோல் பிரமையேற்பட்டது.

அவள் அலுவலகத்துக்குச் சென்று லீவு லெட்டரை டைப் செய்து வைத்தீச்வரனின் ஃபைலுக்குள் வைத்துவிட்டு, ஊருக்குப் போவதைப் பற்றி மிஸஸ் மல்ஹோத்ராவிடம் சொல்லிவிட்டுக் கிளம்பினாள்.

“என்ன இது திடீர் முடிவு?” என்று அவள் ஆச்சரியப்பட்டாள்.

“உங்களை விட்டு பிரிந்திருப்பாளோ, உங்கள் பெண்?”

“இருப்பாள் என்றுதான் நினைக்கிறேன். என் அத்தையிடம் ரொம்ப ஒட்டிக் கொண்டுவிட்டாள். வீட்டோடு இருக்க யாரும் வேலைக்குக் கிடைக்காத போது நான் என்னதான் செய்வது?”

வேலைக்கு ஆள் கிடைத்தாலும் நளினி டில்லியில் தொடர்ந்து இருக்க விரும்ப மாட்டாள் என்று இப்பொழுது நிச்சயமாகத் தெரிந்த போது, மனசில் புகைமூட்டமாய் விசனம் படர்ந்தது. நாளா வட்டத்தில், அத்தை காட்டும் அன்பில்; தஞ்சாவூரின்

வித்தியாசமான சூழலில் விபத்தின் வடு மறைந்து விடுமானால், இப்பொழுது அவள் செய்யும் தியாகத்துக்குப் பலன் இருக்கும்... ஞாபகத்தின் சாயை அடி மனத்தில், படிந்து போனால் இந்தப் பிரிவுக்கு அர்த்தமில்லாமல் போகும்.

✲ ✲ ✲

தஞ்சாவூருக்குப் போய் சேர்ந்ததும் அத்தையின் விஸ்தாரமான வீட்டையும், வெள்ளிப்பூண் போட்ட ஊஞ்சலையும், தோட்டத்தில் மண்டிக் கிடந்த முல்லையும், கொல்லையில் இருந்த கிணற்றையும் பார்த்து நளினி வேறு பிறவி எடுத்தாற் போல் உற்சாகமாகிப் போனதும், டில்லியைப் பற்றிப் பேச்சே எடுக்காததும் மனசுக்குச் சற்று நிம்மதியேற்படுத்தின.

மறுநாளே பள்ளிக்கூடத்தில் சேர்ப்பதற்கு அழைத்துச் சென்றபோது. டில்லியின் பெரிய நவீன பள்ளிக்கூடத்துக்குப் பழகி இருந்ததில், இங்கு சிறியதாய் தோற்றமளித்த கட்டடத்தைப் பார்த்து மாலதிக்கு ஏமாற்றமாக இருந்தது.

“இங்க உன்னை சேர்க்கப்போறேன் நளினி! டில்லி மாதிரி பெரிய ஸ்கூல் இல்லே. ஆனா நல்ல ஸ்கூல்...”

தயக்கத்துடன் விழிகளைச் சுழற்றிய நளினி லேசாகத் தலையை அசைத்தாள்.

“இங்கேயே படிக்கிறேன். லட்சுமி என்னைக் கொண்டு விடுவா ஸ்கூலுக்கு... அழைச்சிண்டும் போவாளாம் வீட்டுக்கு.”

‘இந்தப் பெண்ணிற்கு வேறு எதைப் பற்றிய கவலையும் இல்லை, இந்த பயத்தைத் தவிர’ என்கிற உணர்வு கவலை தந்தது.

“இங்கே எல்லோரும் நல்லவா நளினி! உனக்கு எந்தவித பயமும் இருக்கக் கூடாது. நன்னா படிக்கணும். இங்கே டான்ஸும், பாட்டும் கததுக்கணும்...”

“நீயும் இங்கேயே இருந்துடேன்மா!”

“எனக்கு வேலையை விட்டுட்டு வரமுடியாது கண்ணு... இன்னும் இரண்டு நாள்லே கிளம்பணும்!”

“அப்புறம் எப்ப வருவே?”

“எனக்கு அடிக்கடி லீவு கிடைக்காது கண்ணு. இன்னும் இரண்டு மூணு மாசத்திலே லீவு விடுவா உனக்கு. அப்ப நீ வா டில்லிக்கு...”

“மாட்டேன்... மாட்டேன்!” என்று நளினி அவசரமாக மண்டையையாட்டினாள், “நா வரவே மாட்டேன் டில்லிக்கு!”

நளினியின் முகம் உணர்ச்சிவசப்பட்டு சிவர்ந்து போயிற்று. கண்களில் ஆச்சரியகரமான தீர்மானம் தெரிந்தது. ஜெயராமனின் சாயல் பளிச்சிட்டது.

மாலதிக்குத் திகைப்பாக இருந்தது. எப்பொழுது விலகும் இவளுடைய பயம்...?

நளினியை அணைத்துச் சமாதானமாகச் சொன்னாள்:

“சரி. நானே வரனே உன்னைப் பார்க்க!”

“ப்ராமிஸ்?”

“ப்ராமிஸ்!”

கிளம்பும்போது அத்தை ஆயிரம் சமாதானங்கள் சொன்னாள்:

“எப்படி எப்படி நடக்கணும்னு இருக்கோ அப்படியப்படித்தான் நடக்கும் மாலதி... அவ இங்கேதான் வளரணும்னு இருக்கோ என்னவோ! அதனாலேயே அப்படி குளறுபடி ஆச்சுன்னு நினைக்கிறேன். நீயும் டில்லியிலே தனியா இருக்கிறது எனக்குக் கவலையாத்தான் இருக்கு... மாத்தல் வாங்கிண்டு வர முடிஞ்சா மெட்ராஸுக்கு வந்துடு!”

மாலதி சிரித்தாள்.

“நா டில்லியிலே தான் இருக்கணும்னு தலையெழுத்தா இருந்தா எப்படி வர்றது அத்தே?”

"எங்கேயிருந்தாலும் இப்ப இருக்கிறதைவிட மோசமா தலையெழுத்து ஆகாம இருந்தா சரி..."

✲ ✲ ✲

டில்லியில் காலியாக இருந்த வீட்டிற்குள் நுழையவே பிடிக்காமல் தனிமை ஆட்கொண்டது. நளினி விட்டுவிட்டுச் சென்றிருந்த சின்னச் சின்ன சாமான்கள் கண்களில் நீரை வரவழைத்தன. அதிலிருந்து தப்பிக்க அவள் அலுவலகத்துக்கு விரைந்தாள் வைத்தீச்வரன் அதற்குள் ஆபீஸுக்கு வந்து விட்டதை உணர்ந்து, அவரது அறைக்குச் செல்லும் போது காரணம் புரியாமல் மார்பு படபடத்தது. கதவை விரல் நுனியால் தட்டிவிட்டு அவள் உள்ளே நுழைந்தாள்.

அவளைப் பார்த்ததும் வைத்தீச்வரனின் முகம் மலர்ந்து போனதுகண்டு மனசில் இதுவரை உணர்ந்தறியா பிரவாகம் பொங்கியது!

❖❖❖

அத்தியாயம் 11

"ஹலோ!"

வைத்தீச்வரன் ஒரு பெரிய புன்னகையுடன் வரவேற்றார்.

"ஐ'ம் க்ளாட் யூ ஆர் பேக்!" என்று அவர் சொன்ன போது, அவளுக்குக் காரணம் புரியாமல் முகத்தில் உஷ்ணம் ஏறிற்று.

"நீ இல்லாமத் திண்டாடிப் போயிட்டேன் மாலதி! உன்னுடைய ஸப்ஸிஸ்டிட்யூட்டுக்கு இங்கிலீஷ்லே கிராமர்னு ஒண்ணு உண்டுன்னே தெரியாது! ஒரு லெட்டர் ஒழுங்கா டைப் அடிச்சு முடிக்கிறதுக்குள்ளே எம்பாடு ஒம்பாடுன்னு ஆடும் நீ எப்பத் திரும்பப் போறேன்னு காத்துண்டிருந்தேன்!"

பிரவாகமாகக் கிளம்பியிருந்த உணர்வலைகள் மெல்ல ஆரவாரமில்லாமல் மிக மெல்லிய ஏமாற்றத்துடன் அடங்கின.

அவள் தன்னை சமாளித்துக் கொண்டு புன்னகைத்தாள்.

"விக்ரம் எப்படியிருக்கான் ஸார்? ஜுரம் நன்னாத் தேவலையா?"

சட்டென்று அவரது முகத்தில் வாட்டமேற்பட்டது.

"ஜுரம் தேவலைதான். ஆனா, 'ஸ்பாஸ்டிக்ஸ் ஹோம்'லே சேர்த்துட்டேன்."

அவள் திடுக்கிட்டு அவரைப் பார்த்தாள்.

"ஏன் ஸார்?"

அவர் முகத்தில் ஆயாசம் தெரிந்தது. "ஓ, கஷ்டமாயிருக்கு மாலதி, வீட்டிலே பார்த்துக்கறது. வேலைக்காரர்களுக்கு

அத்தனை கவனம் இருக்கிறதில்லே. ஹோம்லே இதுக்குன்னு ஸ்பெஷலிஸ்ட்ஸ் இருக்கா... உடம்பிலே ஏதாவது வித்தியாசம் தெரிஞ்சா உடனடியா கவனிப்பா.

இந்தப் பத்து நாளும் அவனை வீட்டிலே கவனிச்சுண்டு நடுநடுவிலே ஆபீஸுக்கும் வரவேண்டிய நிலையிலே ரொம்பத் திண்டாட்டமாப் போச்சு. நிறைய யோசிச்சு மனசை திடப்படுத்திண்டு ஹோம்லே சேர்த்துட்டேன். ஹோம் ரொம்பத் தள்ளி இருக்கு. அது ஒண்ணுதான் பிராப்ளம். ஆபீஸ் விட்டதும் முடிஞ்ச அன்னிக்குப் போய் பார்க்கறேன்."

அவர் பேசி முடித்து அவளைப் பார்த்து சோகமாகச் சிரித்தார்.

"நா என்ன செய்யட்டும்? எனக்கு வேறவழியில்லே! நீ உன் பெண்ணை ஊர்லே விட்டிருக்கிற மாதிரி, நா என் பிள்ளையை ஹோம்லே விட்டிருக்கேன். நம்ம இரண்டு பேர் நிலைமையிலேயும் ஒரு வினோதமான ஒற்றுமையில்லே?"

அவரை நேருக்கு நேர் பார்க்க முடியாதபடி ஒரு க்ஷணநேரக் கூச்சம் அவளுள் ஏற்பட்டது. இவருடைய பிரச்சினைகள் நம்மை ஏன் இவ்வளவு பாதிக்கிறது என்று அவளுக்குத் திகைப்பாக இருந்தது. எந்த வகையிலாவது இவருக்கு உதவவேண்டும் என்று மனசு ஏன் பதைக்கிறது?

அவள் திடுக்கிட்டுத் தன் எண்ண ஓட்டத்தைக் கட்டுப்படுத்திக் கொண்டாள்.

"எனக்குத் தெரியலே ஸார்!" என்றாள் மிருதுவாக.

"என்னுதைவிட உங்க நிலைமை மோசம்னு தோணறது!"

அவர் லேசாகச் சிரித்தார்.

"ஆ! நா ஆண் என்கிற காரணத்தாலே உனக்கு அப்படித் தோணறது... வீட்டுப் பிரச்சினைகளை ஒருத்தன் தனியா சமாளிக்க நேர்ந்தா அது இயற்கைக்கு விரோதமான விஷயம்போல, அவனாலே ஏத்துக்க முடியாத பாரம்போல உலகம் நினைக்கப் பழகியிருக்கு... அதையே ஒரு பெண்

சமாளிக்க நேர்ந்தா அதைப்பத்திப் பெரிசா நினைக்கிறதில்லே. நீ எத்தனை விஷயங்களைக் கவனிக்கிறே தனியா? அதோட உன்னையே காப்பாத்திக்க வேண்டிய பிரச்சினை வேற!"

அவளிடமிருந்து பதிலேதும் எதிர்பாரததுபோல் அவர் கனிவாகத் தொடர்ந்தார்:

"இந்த உலகம் ரொம்பக் கொடூரமானது மாலதி! இரக்கமில்லாதது. சில சமயம் விக்ரம் இப்படி ஜடமாய்ப் பிறந்தது அவனுக்கு நல்லதுன்னு நினைச்சுக்கறேன். எத்தனையோ அதிர்ச்சிகள்லேந்து காப்பாற்றப்பட்டான்னு சமாதானப்பட்டுக்கறேன்..."

'இதையெல்லாம் உன்னிடம் சொல்கிறேன் பார்' என்று திடீரென்று நினைத்துக் கூச்சப்பட்டவர்போல் அவர் தயக்கத்துடன் சிரித்தார். அவளை நேருக்குநேர் பார்க்காமல் எழுந்து ஜன்னல் அருகில் சென்று வெளியே தெரிந்த ஆகாயத்தைப் பார்த்தபடி சில வினாடிகள் நின்றார்.

"என்னுடைய சோகத்துக்குக் காரணம் சுயபச்சாதாபம். ஊர்மிளாவுடைய போக்குக்கும் இதேதான் காரணமாயிருக்கணும். எனக்கா இப்படி ஒரு பிள்ளை என்கிற துக்கம்... உலகத்து உச்சியிலே இருக்கிறதாப் பெருமைப்பட்டு நிற்கிற தருணத்திலே கிடைச்ச கசையடி மாதிரி... எதிர்பாராத சமயத்திலே, காரண காரியம் புரியாம விழுந்த கசையடி!"

அவர் சரேலென்று திரும்பி அவளைப் பார்த்து மெல்லிய குரலில் சொன்னார்:

"இந்த நிலைமை ஏற்படுத்தற கையாலாகாத்தனம் சுயபச்சாதாபத்தை அதிகமாக்கறது மாலதி... நம்ம சதையும் ரத்தமும் அந்தக் குழந்தைகிட்டே இருக்குங்கற ஞாபக உறுத்தல்லே விட்டேத்தியா இருக்கவும் முடியலே. அப்படி யாராவது விட்டேத்தியா இருந்தா அதை ஏற்கவும் முடியலே. ஒருவேளை, நா அதிகமா எதிர்பார்க்கிறேனோ என்னமோ! நா இன்னும் யதார்த்தமா இருக்கப் பழகிக்கணுமோ என்னமோ!"

அவளுக்குச் சங்கடமாக இருந்தது. இவருடைய பேச்சுக்கெல்லாம் பதில் சொல்வதும், சமாதானப்படுத்துவதும், அதிகப்பிரசங்கித்தனமாக இருக்கும் என்று, தோன்றிற்று.

"ஓ ஸாரி... என்னவோ உன்னைப் பார்த்ததும் மனசிலே இருக்கறதையெல்லாம் இறக்கணும்போல தோணரது எனக்கே ஆச்சரியமாயிருக்கு. உன்னுடைய ஸிம்பதி எனக்கு வேணும் என்கிற ஆர்வத்தோடு நா இதெல்லாம் சொல்றதா நீ நினைக்கக்கூடாது. சுத்து முத்தும் பார்த்தா சுமைதாங்கி கண்ணுலேபடும்னு நீதான் சொன்னே... என் கண்ணுலே நீதான் படறே!"

அவள் மெல்லச் சிரித்தாள்.

"நீங்க தாராளமா மனசிலே இருக்கிறதைச் சொல்லலாம். யார்கிட்டேயும் யாரையும் பத்திப் பேசற வழக்கம் எங்கிட்டே இல்லே!"

"எனக்கு அது தெரியும்!" என்று புன்னகைத்தபடி அவர் மேஜைக்குச் சென்று, "வேலையை ஆரம்பிக்கலாம் வா" என்றார்.

சற்றுமுன் அவளிடம் உணர்ச்சிவசப்பட்டுப் பேசியவருக்கும், இப்பொழுது கறாரும் கண்டிப்புமாக மளமளவென்று கடிதங்களை டிக்டேட் செய்து கொண்டு போகிறவருக்கும் நிறைய வித்தியாசம் இருந்தது. நிமிஷ நேரத்தில் கூடுவிட்டுக் கூடு பாயும் அவரது இயல்பு அவளுக்கு. வினோதமாக இருந்தது.

தன்னறைக்குச் சென்று தட்டெழுத்து இயந்திரத்துக்கு முன் உட்கார்ந்தபோது, சட்டென்று ஒரு விஷயம் அவளைத் தாக்கிற்று.

அவரைச் சுற்றியே மனசு இப்பொழுது வட்டமடித்துக் கொண்டிருந்தது! 'என்ன நேர்ந்துவிட்டது நமக்கு' என்று அவள் திகைத்தாள்.

எனக்கும் அவருக்கும் என்ன சம்பந்தம்? இதுவரை தபஸ்வி மாதிரி மௌனமாக இருந்த மனத்துக்கு என்ன ஆகிவிட்டது? அவரைப் பார்க்கும் போது நெஞ்சு பொங்குவதும், மார்பு படபடத்துப் போவதும், கன்னங்களில் சூடேறுவதும் நிச்சயம் நல்லதிற்கில்லை என்று அவள் பயந்தாள்.

மூளை பேதலித்து வீட்டிருக்க வேண்டும்... அவர் என்னுடைய உயர் அதிகாரி என்பதைத் தவிர எனக்கும் அவருக்கும் ஏதும் சம்பந்தமில்லை. என்னை அவர் ஒரு பொருட்டாக மதித்து, 'நாம் இரண்டு பேரும் பிரெண்ட்ஸ்' என்று கைகுலுக்கிய வினாடியில் என் சிந்தனைத்திறன் நழுவியிருக்க வேண்டும். அவருடைய பிரலாபங்களைக் கேட்கவும், அனுதாபம் காட்டவும் ஆள் கிடைக்காமல் அலைகிறார்! என்னிடம் அதைக் கொட்டப் பார்ப்பதை எனக்கு அவர் காட்டும் விசேஷ சலுகை என்று நினைத்து...

சலுகையாகவே இருந்துவிட்டுப் போகட்டுமே...! என்னை ஏன் அது பாதிக்க வேண்டும்?

அவள் பலவந்தமாகத் தன் எண்ணங்களை விபரீதமானவை என்று ஒதுக்கி வேலையில் முனைந்தாள். இனிமேல் அவர் எதிரில் அதிக நேரம் நிற்காமல், அனாவசியக் கேள்விகளைக் கேட்காமல் குசலம் விசாரிக்காமல் தன் வேலையுண்டு, தான் உண்டு என்றிருக்க வேண்டும் என்று நினைத்துக் கொண்டாள்.

அவருடைய கனிவான பார்வையையும், மிருதுவான வார்த்தைகளையும், சோகம் இழையோடும் புன்னகையையும் பார்க்கவும், கேட்கவும் வாய்ப்பு ஏற்படாமல் பார்த்துக்கொள்ள வேண்டும்...

அவள் டைப் அடித்து முடித்த கடிதங்களை கொண்டு காண்பித்துக் கையெழுத்து வாங்கி டெஸ்பாட்ச்சுக்கு அனுப்பினாள் 'லஞ்ச்-அவர்' வந்ததும் அவசரமாகத் தன் இருக்கையை விட்டுக் கிளம்பிக் கீழே சென்றாள்.

மிஸஸ் மல்ஹோத்ரா லைப்ரரியின் வாயிலில் நின்றிருந்தாள்.

"அட, என்ன சமாச்சாரம்? நீங்களாகவே கீழே இறங்கி வந்துவிட்டீர்கள்?" என்று சிரித்தாள்.

"காண்டீனுக்குப் போகலாம் வருகிறீர்களா ரேகா? லஞ்ச் கொண்டு வரவில்லை. ஏதாவது கிடைக்குமா என்று பார்க்கலாம்!"

"ஷ்யூர்!" என்று ரேகா கூட நடந்தாள்.

"ஊரிலிருந்து எப்பொழுது வந்தீர்கள்? பெண்ணை ஸ்கூலில் சேர்த்து விட்டீர்களா? ஓ, அத்தை இல்லாததால் லஞ்ச் இல்லையா?"

மாலதி புன்னகைத்தாள்.

"ஆமாம். பெண்ணை ஸ்கூலில் சேர்த்துவிட்டு வந்துவிட்டேன். இப்பொழுது வீட்டைப்பற்றிக் கவலையில்லை."

ரேகா தலையைக்குனிந்தபடி யோசனையுடன் நடந்தாள். "தனிமை என்பது ரொம்ப பயங்கரமானது மாலதி."

"நானாக விரும்பி தனிமையை ஏற்றுக்கொள்ளவில்லை ரேகா... என்னுடைய நிலைமையில் வேறு எந்த வழியும் எனக்குப் புலப்படவில்லை. கொஞ்சநாளில் இங்கு இருந்து மதராஸிற்கு மாற்றல் கிடைக்கக்கூடிய வேலையைப் பற்றி யோசிக்க வேண்டும்..."

காண்டீனில் வழக்கத்தைவிட அதிகமான கூட்டம் இருந்தது. மூலையில் கிடந்த இரண்டு நாற்காலிகளில் அவர்கள் அமர்ந்தார்கள்.

டீக்கும் சமோசாவுக்கும் ஆர்டர் கொடுத்து விட்டு மிஸஸ் மல்ஹோத்ரா ஏதோ சொல்ல முயன்றவளைப் போல் தீர்க்கமாகப் பார்த்தாள்.

"நீங்கள் ரொம்ப கன்ஸர்வேடிவ் டைட்பா மாலதி?"

"ஏன் அப்படிக் கேட்கிறீர்கள்?"

ரேகா தலையைக் குனிந்தபடி மெல்லிய குரலில் பேசினாள்:

"சர்மா சொன்னார்!"

மாலதிக்குக் குபீரென்று சீற்றம் ஏற்பட்டது. கடவுளே, அந்த மடையன் இவளிடம் என்ன உளறியிருப்பான்!

"என்ன சொன்னார்?" என்றாள் வேகமாக.

ரேகா அதற்கு நேரிடையாக பதில் சொல்லாமல், அவள் கையை சினேகிதமாகப் பற்றினாள்.

"விதவைகள் சந்நியாசிகளாக இருக்க வேண்டிய அவசியமில்லை மாலதி... ஆண்களுக்கு ஒரு நீதி, பெண்களுக்கு ஒரு நீதி என்று நாமே ஏன் பிரிக்கணும்? மறுவாழ்வு வாழலாம்!"

"அது எப்படிப்பட்ட வாழ்வு என்பதைப் பொறுத்திருக்கிறது ரேகா! நாய் ஜென்மம்போல் வாழும் ஸீஸனல் வாழ்க்கையையெல்லாம் என்னால் ஏற்க முடியாது!"

"எனக்குப் புரியவில்லை, நீங்கள் சொல்வது! சர்மா கண்ணியமானவர்! இலக்கியவாதி!"

மாலதிக்குச் சிரிப்பு வந்தது.

"ஹி இஸ் எ விடோ!"

"அதெல்லாம் எனக்குத் தெரியாது. எனக்கென்னமோ அறிஞராய் தெரிகிறார். உனக்கு வாழ்வளிக்கத் தயாராக இருக்கும்போது..."

"என்னுடைய வாழ்வு எங்கேயும் போய்விடவில்லை. என்னிடம்தான் இருக்கிறது. இவரென்ன அதைக் கொடுப்பது? உண்மையில் அதை என்னிடமிருந்து பறிக்கப் பார்க்கிறார் என்று எனக்குத் தோன்றிற்று. ஸாரி ரேகா, நான் கொஞ்சம் கன்ஸர்வேடிவ்னுதான் நினைக்கிறேன்!"

"விதவைகள் மறுமணம் செய்து கொள்ளக் கூடாது என்கிறாயா?"

"நான் அப்படிச் சொல்லவில்லை... சர்மா போன்ற இலக்கியவாதிகளுக்குத் திருமண பந்தத்தில் நம்பிக்கை இல்லை..."

"ஓ!"

ரேகாவுக்குப் புரிந்துபோனது தெரிந்தது. ஆனால், அவளிடம் எதிர்பார்த்த அளவு அதிர்ச்சியைக் காணோம்! இந்த மாதிரி சுதந்திர உறவுகள் சகஜமாகிப் போன சூழலில், அவரவர்களைப் பிரத்தியேகமாகத் தாக்கினால் ஒழிய இத்தகைய சவால்கள் ஆழமாகப் பாதிக்காது என்று தோன்றிற்று. நளினிக்கு விபத்து நேர்கிற வரையில் அந்தப் பிரச்சினைத் தன்னை பாதிக்காதது போல.

அவர்கள் வெளியே வரும்போது ரேகா சொன்னாள்:

"யாராவது கல்யாணம் பண்ணிக் கொள்கிறேன் என்றால் வீணாக யோசிக்காதே!"

அவளுக்கு லேசாக முகம் சிவந்தது. "எனக்கும் இஷ்டமேற்பட்டால்தான் சம்மதிக்க முடியும் ரேகா! இல்லாவிட்டால் திருமணத்துக்கு ஏதும் அவசியமில்லை. என்னுடைய முதல் அனுபவம் சந்தோஷமானதில்லை."

"அரேஞ்ஜ்ட் மேரேஜா?"

"ஆமாம்!"

"காதல் திருமணம் எல்லாம் கூட வெற்றியாக முடியும் என்று சொல்ல முடியாது. நம்ம சேர்மன் கேஸைப் பாரேன்! அவருடைய காதல் விவகாரம் யூனிவர்ஸிடி பிரசித்தமாம். விவாகரத்தாகிவிட்டது!"

மாலதி திடுக்கிட்டு நிமிர்ந்தாள். "விவாகரத்தாகி விட்டதா!"

"ஆமாம். தெரியாது...? ஓ, நீ லீவில் இருந்தாய்! பாவம், அவருடைய முகத்தை இரண்டு நாள் பார்க்கச் சகிக்கவில்லை. இவர் ஏன் இப்படி உருகிச் சாகணும் என்று எனக்குப் புரியவில்லை. அவரும் உன்னை மாதிரி ஒரு கன்ஸர்வேடிவ்னு நினைக்கிறேன்!" என்று ரேகா சிரித்தபோது,

அவளால் புன்னகைக்கக் கூட முடியவில்லை.

வைத்தீச்வரனை 'உருகிச் சாக'வைக்கும் அலட்சியப் புன்னகை கொண்ட முகம் நினைவுக்கு வந்தது. விவரிக்கத் தெரியாத ஓர் அசூயையும், கோபமும் ஏற்பட்டன.

❖❖❖

12 அத்தியாயம்

டைப்ரைட்டர் வெகுவேகமாக இயங்கிக் கொண்டிருந்தது. இன்னும் இரண்டு கடிதங்கள் பாக்கியிருந்தன.

மாலதி வேலையில் ஆழ்ந்து போயிருந்தாள். டெலிபோன் ஒலித்து கவனத்தைக் கலைத்தது.

"லஞ்ச் அவரி'ல் ஏதானும் எங்கேஜ்மெண்ட் இருக்கா உனக்கு?" என்றார் வைத்தீச்வரன்.

குரல் காதில்பட்டவுடனேயே பைத்தியக்காரத்தனமாய் மனசு குளிர்ந்து, அதரங்களில் புன்னகை வந்தமர்ந்தது.

"இல்லை ஸார்... லஞ்ச் கூட நா கொண்டு வரல்லே. ஏதானும் முக்கிய வேலை இருந்ததானா முடிச்சுடறேன்."

"லஞ்ச் கொண்டு வரக்கூட மறந்து போகும்படியா என்ன வேலை? நீ உடம்பைக் கெடுத்துண்டியானா எனக்குன்னா கஷ்டம்!"

"ஒரு நாள் சாப்பிடாததாலே..."

"நோ ஆர்க்யூமெண்ட்! நீயும்-நானும் சேர்ந்து வெளிலே சாப்பிடப் போறோம், ரைட்?"

அவள் மெல்லச் சிரித்தாள்.

"தாங்க்யூ ஸார்... நீங்களும் லஞ்ச் கொண்டு வரல்லியா?"

"இல்லே. வேலைக்காரனுக்கு ஜுரம். லஞ்ச் டைம் மறக்காதே!"

“நோ ஸார்... தாங்க்யூ!”

கடிதங்களை டைப் அடிக்கத் துவங்குகையில் கைவிரல்கள் லேசாக நடுங்கின. மார்பு வெகுவேகமாக அடித்துக்கொண்டது. கன்னங்கள் சூடேறி...

கடவுளே நமக்கு என்ன வந்துவிட்டது? தினத்துக்குத் தினம் இவரிடம் அதிகரித்து வரும் ஈடுபாட்டை எப்படித் தடுக்கப் போகிறோம்? ஜெயராமனிடம் ஏற்படாத ஒரு நெருக்க உணர்வு இவரிடம் ஏற்பட்டிருப்பது நல்லதிற்கா? நியாயமானதா?

‘விதவை என்றால் சந்நியாசியாய் இருக்க வேண்டுமா?’

இருக்கிறேன் என்று யார் சொன்னது? என்னுள் பொங்கும் உணர்ச்சிகளையும், ஆதங்கங்களையும் அடக்க நான் படும் சிரமம் யாருக்குத் தெரியும்?

நளினியை ஊருக்கு அனுப்பி ஓடி விட்ட மூன்று மாதங்களில் ஏற்பட்ட தனிமை உணர்வில் மனசில் விபரீத எண்ணங்கள் ஏற்பட்டுவிட்டனவா என்று அவள் திகைத்தாள்.

இந்தப் புதிய உணர்வு, கள்ளத்தனமாக உள்ளே புகுந்தாற்போல் தெரியவில்லை. வெகு இயல்பாக மலர்ந்தாற் போல் இருந்தது. காத்திருந்த அச்சில் விசை விழுந்த மாதிரி இதெல்லாம் என்னுடைய கற்பனையாக இருக்க முடியாது என்று அவள் தனக்குள் சொல்லிக்கொண்டாள். வைத்தீச்வரனைப் பார்க்கும் போது ஏற்படும் பரவசமும், அவருக்காக ஏற்படும் கவலையும், பச்சாதாபமும்... இதெல்லாம் நிச்சயம் பிரமையில்லை. சத்தியமான உணர்வுகள்...

இந்த உணர்வுகளை வெளிப்படுத்தாமல் எனக்குள் ரகசியமாகப் போற்றி வைப்பதுதான் புத்திசாலித்தனம். வடிகாலுக்கோ, விமோசனத்துக்கோ காத்து நின்றேனானால் நான் தான் பைத்தியக்காரி...

அத்தையிடமிருந்து அடிக்கடி கடிதம் வந்து கொண்டிருந்தது.

தஞ்சாவூர் சூழலுக்கும், புதிய பள்ளிக் கூடத்துக்கும் நளினி நன்றாகப் பழகிப் பொருந்திவிட்டாள் என்று

எழுதியிருந்தாள். நன்றாகப் படிக்கிறாளாம். பாட்டும் நாட்டியமும் கற்றுக்கொள்கிறாளாம். 'அந்த விபத்தைப்பற்றி நினைத்துப் பார்க்கக்கூடப் பொழுதில்லாமல் நாள் முழுவதும் எந்த வேலையிலாவது ஆழ்ந்திருக்கிறாள். அவளைப் பற்றி நீ கவலையே படாதே!' என்று அத்தை தைரியம் சொல்லிக் கொண்டிருந்தாள். கூடவே இடைச்செருகலாக,

'மதராசுக்கு மாற்றல் கிடைக்குமா?'

ஒவ்வொரு முறையும் இந்தக் கேள்வி கண்ணில் படும் போது மனசில் ஒரு சோம்பல் எழும்... பழகிவிட்ட டில்லியை விட்டு அதிகம் பழக்கமில்லாத சென்னைக்கு ஏன் போக வேண்டும் என்ற தயக்கம் ஏற்படும்... சென்னையில் இருந்தால் மட்டும் நளினியைப் பார்த்துக் கொள்ள நமக்கு யார் துணையிருக்கப் போகிறார்கள் என்று அறிவு வாதாடும். அத்தையுடன் நளினி இருப்பதுதான் நல்லது. வருஷத்துக்கு இரண்டு முறை நாம் ஊருக்குப் போய் பார்த்துவிட்டு வந்தால் போயிற்று என்கிற சமாதானம், கேள்வியை மூடப் பார்க்கும்.

இப்பொழுது கொஞ்ச நாட்களாக மனசில் ஏற்பட்டுக் கொண்டிருந்த கிறுக்குத்தனத்தைக் கண்டு அவள் பயந்தாள். லாபமோ இல்லையோ, சென்னைக்கு மாற்றல் வாங்கிக்கொண்டு போய்விடுவதுதான் விவேகமான செயல் என்று தீர்மானித்துக்கொண்டாள். லஞ்ச் முடிந்து அலுவலகம் திரும்பியதும் முதல் காரியமாக ஒரு மனுப் போட வேண்டும்...

'த்ரிவேணி கலா சங்கத்தின் கா∴பட்டீரியா'வின் சத்தான எளிய உணவை சாப்பிட ஒரு தனிப்பட்ட கூட்டம் வந்திருந்தது. உயர் மட்டத்து அறிவு ஜீவிக் கூட்டம். கைத்தறிப் புடைவையும், தாடி–மீசை–காதி குர்தாவுமாக.

"இங்கே சாப்பாடு வீட்டுச் சாப்பாடு மாதிரி ஸிம்பிலா இருக்கும்!"

காலையிலிருந்து அவர் எதுவும் சாப்பிடவில்லை என்று அவளுக்குத் தோன்றிற்று.

“வேலைக்காரனுக்கு என்ன ஜுரம்?”

அவர் தோளைக் குலுக்கினார்.

“ஃப்ளூவோ என்னவோ...”

“ராத்திரிச் சாப்பாட்டுக்கு என்ன செய்வீர்கள்?”

அவர் சிரித்தார்.

“உன் வீட்டுக்கு வரட்டுமா?”

“தாராளமா!” என்றாள் அவள் புதிய உற்சாகத்துடன்.

அவர் சில வினாடிகள் அவளைக் கூர்ந்து பார்த்து மெலிதாகப் புன்னகைத்தார்.

“தாங்க்யூ! இன்னிக்கு ஸ்பாஸ்டிக்ஸ் ஹோமுக்குப் போய் விக்ரம்மைப் பார்க்கணும். அங்கேயிருந்து உன் வீட்டுக்கு வரேன்.”

“நானும் வரேன் விக்ரம்மைப் பார்க்க.” அவர் வியப்புடன் அவளை நிமிர்ந்து பார்த்தார்.

“வேண்டாம் மாலதி? அங்கே அவனை மாதிரி இன்னும் நிறைய குழந்தைகள் இருப்பா. பார்க்க ரொம்ப கஷ்டமா இருக்கும். உனக்குத் தாங்காது...”

அவள் மிருதுவாகச் சிரித்தாள்.

“ப்ளீஸ், நானும் வரேன். எனக்குத் தாங்கும்.”

அவளுக்கு ஏதோ கருணை காட்டினாற்போல் அவர் முகத்தில் ஓர் இணக்கம் தெரிந்தது.

“ஓ.கே. தாங்க்யூ... ஆபீஸ் முடிஞ்சதும் கிளம்பணும்!”

காலையில் சங்கல்பித்துக் கொண்ட தீர்மானங்கள் எல்லாம் மறந்து போக, பிரக்ஞையில்லாமல் அவள் மாலையில் அவருடன் கிளம்பினாள்.

ஊருக்குச் சற்று ஒதுக்குப்புறமாக இருந்த ஸ்பாஸ்டிக்ஹோமுக்குள் வண்டி நுழைந்ததுமே வைத்தீச்வரனின் முகம் இறுகிப்போவதை அவள் கவனித்தாள்.

அவள் மௌனமாக அவருடன் கட்டடத்துக்குள் நுழைந்தாள். வராந்தாவில் தோட்டத்தில் சக்கர நாற்காலியிலும், புல் தரையிலும் நோயாளிகள் உடலும், மூளையும் வளராத நிலையில், வெற்றுப் பார்வையுடன் ஸ்பாஸ்டிக்ஸ் நோயாளிகள்...

சிலர் அவர்களைப் பார்த்துப் புன்னகைத்தார்கள். கஷ்டப்பட்டுக் கைகூப்பி மழலையாய், "நமஸ்தே" என்றார்கள்.

வைத்தீச்வரனின் முகத்தில் அதீதமான துயரம் தெரிந்தது. தலையைக் குனிந்தபடி அவர் நீள நடக்கையில், ஒரு மெல்லிய பரிதாபத்துடன் அவள் தொடர்ந்தாள்.

ஒரு நீளமான அறைக்குள் அவர் நுழைந்ததும், சுரீரென்று சோகமும், அதிர்ச்சியும் தாக்க அவள் திகைத்து நின்றாள்.

திட்டுத் திட்டாக உள்ளே விழுந்திருந்த வெயிலில் நான்கைந்து குழந்தைகள் சூன்யப்பார்வையுடன், அரை நிர்வாணமாக தரையில் அமர்ந்திருந்தன. அங்கிருந்த கட்டில்களில் சரியாகப் போர்வை போர்த்தாமல் குழந்தைகள்... அறையில் யாரையும் காணோம்! அவர்கள் வந்ததை அறிந்த ஓர் ஆயா எங்கிருந்தோ அவசரமாக ஓடி வந்தாள். தரையில் உட்கார்ந்திருந்த ஓர் அரை நிர்வாணக் குழந்தைக்குப் பரபரவென்று கால்சட்டையை மாட்டிவிட்டாள்.

"நொடிக்கொருதரம் கால்சராயை ஈரமாக்கிக் கொண்டால் என்ன செய்வது?" என்று இந்தியில் முணு முணுத்தபடி...

இதையெல்லாம் கவனித்தும் கவனியாதது போல இறுகிய முகத்துடன் வைத்தீச்வரன் ஒரு கட்டிலை நோக்கி நடந்தார். அறைக்குள் நுழைந்ததுமே ஒரு வீச்சம் வந்தது. ஒரு பையனைக் கட்டிலுக்குப் பக்கத்திலேயே 'கம்மோ'டில் உட்காத்தி வைத்திருப்பது தெரிந்தது.

மாலதிக்கு மனது பதைத்துப் போயிற்று. இந்த அறையில், கவனிப்பார் யாருமில்லாமல் வைத்தீச்வானின் மகன் இருக்கிறான்! என்ன பரிதாபம் இது என்று மௌனமாகப் பிரலாபித்தபடி அவள் அவரைத் தொடர்ந்தாள்.

சுவரைப் பார்த்தபடி படுத்திருந்த விக்ரம்மை சற்று நேரம் மௌனமாகப் பார்த்துக்கொண்டு அவர் நின்றார்.

பிறகு தன்னைச் சமாளித்துக்கொண்டு, அவனைத் தொட்டு.

"விக்கி..."

என்றார் மிருதுவாக.

விசையை அழுத்தினாற் போல் விக்ரம்மின் முகத்தில் பெரிய கோணலாய் புன்னகை விரிந்தது.

வைத்தீச்வரனின் கண்களில் நீர் படர்ந்ததை அவள் கவனித்தாள். அவள் கண்ணிலும் நீர் படர்ந்தது. தொண்டையில் துக்கம் கட்டி வினோதமான நெருக்கத்தை உணர்த்திற்று.

"ஓ, நீங்கன்னு புரிஞ்சுண்டுட்டான்!"

அவர் பதில் சொல்லாமல் புன்னகையுடன் அவன் தலையைக் கோதியபடி நின்றார்.

அவள் தன்னையறியாமல் விக்ரம்மின் கையைப் பிடித்து வருடினாள். விக்ரம் முகத்தில் லேசான குழப்பமும், பிறகு புன்னகையும் தெரிந்தன.

"வாருங்கள் மிஸ்டர் வைத்தீச்வரன்!" என்று மிகுந்த பரபரப்புடன் ஒரு பெண்மணி வந்தார்.

வைத்தீச்வரனின் கண்களில் சட்டென்று ஒரு கோபம் பளிச்சிட்டது.

"என்ன மிஸ் வயலெட்? அறையில் யாருமே இல்லை? எப்பொழுதும் யாராவது ட்யூட்டி பார்ப்பார்கள் என்று நீங்கள் சொல்லவில்லை?"

"என்ன செய்வது பாருங்கள், வழக்கமாக இந்த அறையில் ட்யூட்டி பார்ப்பவர்கள் இரண்டு பேருக்கும் உடம்பு சரியாக இல்லை. இன்னொருத்தியைப் போட்டிருக்கிறேன். அவளுக்கு இரண்டு அறைகளைக் கவனிக்க வேண்டும்..."

"என் வீட்டு வேலைக்காரர்களைவிட இங்கு நீங்க நன்றாக அக்கறையாகப் பார்த்துக்கொள்வீர்கள் என்ற நம்பிக்கையில்தான் இங்க விட்டிருக்கிறேன் மிஸ் வயலெட்!"

"எங்களால் முடிந்தவரையில் பார்த்துக் கொள்கிறோம் சிலசமயங்களில் ஸ்டாஃபுக்கு உடம்பு சரியில்லையானால் கொஞ்சம் அசௌகரியம் இருக்கும்... நாளைக்கு வேறு இரண்டு பேர் வருவார்கள். கவலைப்படாதீர்கள்!"

"கவலைப்படாமல் இருப்பது சுலபமில்லை மிஸ் வயலெட்! பசிக்கிறது, தாகமெடுக்கிறது என்று சொல்லக்கூடிய நிலையில் இல்லாத குழந்தை அவன்... இங்கு கவனிக்க யாருமில்லையானால் இங்கே விட்டு என்ன பிரயோஜனம்?"

மிஸ் வயலெட்டின் முகத்தில் மெல்லிய கோபம் தெரிந்தது.

"உங்கள் குழந்தையைப்போல முப்பது குழந்தைகள் இருக்கின்றன இங்கு. எல்லாரையும் பாரபட்சமில்லாமல் நன்றாகத்தான் கவனித்துக் கொள்கிறோம். எங்களுக்கு இந்தக் குழந்தைகளிடம் எத்தனை அபிமானம் இருக்கிறது என்று சொன்னால் நீங்கள் புரிந்துகொள்ளக் கூட மாட்டீர்கள்..."

வைத்தீச்வரனின் முகத்தில் சட்டென்று ஓர் இளக்கம் தெரிந்தது.

"ஸாரி மிஸ் வயலெட்... எனக்குப் புரிகிறது" என்றார்.

"எப்படியிருக்கிறான் விக்ரம்?"

மிஸ் வயலெட்டின் முகத்தில் ஒரு மென்மை படர்ந்தது.

"ஹி இஸ் ஃபைன். சொன்னதைப் புரிந்துகொள்கிறான். தொந்திரவில்லை. இப்போது சரியாகச் சாப்பிடுகிறான்."

"குட்!"

சில வினாடிகள் விக்ரமைப் பார்த்தபடி நின்று,

"பை, பை..." என்று அவன் கையை குலுக்கிவிட்டு, அவர் சரேலென்று திரும்பி நடந்தார்.

"வா மாலதி, போகலாம்!"

திரும்பும் வழி முழுவதும் வைத்தீச்வரன் எதுவுமே பேசாமல் தன்னுள் இருந்த சோகத்தில் மூழ்கிப் போனவராய் மௌனமாய் காரை ஓட்டினார். ஏதாவது பேசினால் அதை அதிகமாகக்

கிளறினாற்போல் இருக்கும் என்று அவளுக்கு யோசனையாக இருந்தது. அவருடைய மௌனம் அதிக பச்சாதாபத்தை ஏற்படுத்திற்று.

"என்னுடைய வீட்டிலே உங்களுக்கு இன்னிக்கு சாப்பாடு" என்றாள் அவள், ஞாபகப்படுத்துகிறாப்போல.

சட்டென்று சுயநினைவு வந்தவராய் அவள் பக்கம் திரும்பி புன்னகைத்தார்.

"எனக்கு ஞாபகமிருக்கு மாலதி... எனக்கு கிடைக்கிற கருணைகளை நா மறக்க மாட்டேன்."

"கருணையில்லே இது. சிநேகிதம்!"

"தாங்க்யூ. ஐ'ம் ஆனர்ட்!"

அவளது வீட்டை அடைந்து உள்ளே நுழைந்ததும் ஒருவிதக் கூச்சத்துடன் அவர் சுற்றுமுற்றும் பார்த்தபடி உட்கார்ந்தார். அவள் விரைவாகக் காப்பி கலந்து கொண்டு வந்தாள்.

அவர் சிரித்துக் கொண்டே சொன்னார்:

"எங்கிட்டே நீ ரொம்பப் பரிதாபப்பட்டு சிநேகிதம் காட்டினாயானா உனக்குத்தான் ஆபத்து மாலதி! எனக்கும் விக்ரமுக்கும் ஒரு குணம். காஞ்சு போன மண்ணு ஈரத்தை உறிஞ்சுக்கற மாதிரி உறிஞ்சுக்குவோம்..."

சட்டென்று ஓர் உத்வேகம் அவளுள் எழுந்தது. அன்புக்காக ஏங்கிப் போனது நீங்கள் மட்டுமில்லை, நானும்தான் என்று பொங்கிற்று. அவள் தன்னைச் சமாளித்துக்கொண்டு சிரித்தாள்.

"அந்த ஆபத்தைக் கண்டு நா பயப்படமாட்டேன். ஈரத்தை உறிஞ்சுக்கிற மண்ணு துளிர்க்கவும் செய்யும்!"

அவர் திடுக்கிட்டவராய் அவளைப் பார்த்தார்.

அத்தியாயம் 13

அவர் சற்று நேரம் பேசாமல் இருந்தது அவளுக்கு லேசான சங்கடத்தை ஏற்படுத்திற்று. நாம் அதிகமாகப் பேசிவிட்டோம் என்று வெட்கமேற்பட்டது.

"ஐ டோண்ட் நோ!" என்றார் அவர் மெதுவாக. "துளிர்க்கும்னு நீ நினைக்கிறியா?"

"கண்டிப்பா!"

"எனக்குத் தெரியல்லே மாலதி!" என்றார் அவர் குழப்பத்துடன்.

"நா எதிர்பார்த்தது எதுவும் நடக்கல்லே... கனவு கண்டது ஒண்ணும் பலிக்கல்லே. எது ஆயுசுக்கும் துணை நிற்கப் போறதுன்னு நினைச்சேனோ அது நடுவிலேயே பிசுபிசுத்துப் போச்சு....!"

அவள் மென்மையாகச் சிரித்தாள்.

"நானும் நிறைய கனவு கண்டேன். வாழ்க்கையைப் பத்தி என்னென்னவோ நினைச்சுப் பாத்தேன்... நா எதிர்பார்த்தபடி நினச்சபடி எதுவுமே நடக்கல்லே! நா போட்ட கணக்கே தப்புன்னு தோணறது... நிஜத்தைச் சொல்றவா அதிகம் பேர் இல்லே என்கிற காரணத்தாலே சத்தியம் என்கிறதே சத்தியமில்லேன்னு சொல்ல முடியுமா?"

"எனக்குப் புரியல்லே."

அவளுக்கு நெஞ்சு படபடத்துக் கொண்டு வந்தது. நாமாக நமது உணர்ச்சிகளைக் கொட்டுவது சரியானதா என்கிற கௌரவப் பிரச்சினையையும் மீறி வார்த்தைகள் வெளியிடப்பட்டன:

“நா எதிர்பார்த்த பிரியம் எனக்குக் கிடைக்கல்லே. ஆனா, பிரியம் என்கிற வார்த்தையிலே எனக்கு நம்பிக்கை இருக்கு. நினைச்ச இடத்திலேந்து கிடைக்கல்லேன்னாலும் வேற இடத்திலேந்து கிடைக்கலாம்!”

அதற்குமேல் அவர் எதிரில் உட்காரத் தெம்பில்லாதவள் போல் அவள் எழுந்தாள்.

“சமையலுக்கு வெச்சுட்டு வந்துடறேன். இங்கே புத்தகம் எதையாவது படிச்சுண்டிருங்கோ!”

பதிலுக்குக் காத்திராமல் அவள் சமையலறைக்கு விரைந்தாள். பரபரவென்று காய்களை வெட்டும்போது அவரை நினைத்துப் பாவமாக இருந்தது. அவளுக்கு அவர் மேல் இருக்கும் பரிவை ஒரு பச்சாதாப உணர்வு என்று தான் அவர் எடுத்துக்கொள்வார் என்று தோன்றிற்று. அவருக்குத் தன் மனநிலையை எப்படி உணர்த்துவது என்று அவள் திகைத்தாள்.

ஓர் ஆண் ஒரு பெண்ணிடம்,

‘நான் உன்னை நேசிக்கிறேன்’ என்று சொல்லும் சரளத்துடன் ஒரு பெண்ணால் ஏன் சொல்ல முடிவதில்லை என்று ஆச்சரியமேற்பட்டது.

தொய்ந்துபோன நிலையில் இருக்கும் அவருக்கு இப்பொழுது கை கொடுத்து நிமிர்த்துவது மிகவும் அவசியம் என்று மனசு பறந்தது... எந்தவித எதிர்வாதத்துக்கும் அடங்காமல் திமிறிக்கொண்டு நின்றது.

“இவ்வளவு நல்ல சாப்பாடு சாப்பிட்டு ரொம்ப நாளாச்சு!” என்று அவர் பாராட்டினார், சாப்பிடும்போது.

“உன் கணவரை நினைச்சாதான் எனக்கு ரொம்பக் கஷ்டமாக இருக்கு. எல்லா விதத்திலேயும் உசத்தியா இருக்கிற ஒரு பெண்ணோட வாழ முடியாம அல்பாயுசிலே போயிட்டாரேன்னு... ஐ'ம் ஸாரி ஃபார் யூ டு!”

“யூ நீட் நாட் பீ!” என்றாள் அவள் மெல்ல.

“அவருடன் வாழ்ந்த நாட்களை நான் ஒரு கெட்ட கனவாய் மறக்க முயற்சிக்கிறேன்” என்றாள்.

தொடர்ந்து ஆங்கிலத்தில், “அவர் நல்ல கணவராகவும் இல்லை. நல்ல மனிதராகவும் இல்லை. அவர் மேல் எனக்கு ஏற்பட்டதெல்லாம் வெறுப்பே தவிர வேறுவிதமான உணர்ச்சி இல்லை. அவருடைய ஞாபகமாய் ஒரு பெண் இல்லையென்றால், இப்பொழுது இருக்கும் கொஞ்ச நினைவும் இருந்திராது...”

கேள்விக்குறியுடன் மௌனமாய் அமர்ந்திருந்த வைத்தீச்வரனிடம், அவள் மெல்ல ஜெயராமனைப் பற்றிச் சொன்னாள்.

வைத்தீச்வரனின் கண்களில் மிதமிஞ்சிய கனிவு தெரிந்தது.

“இத்தனை சின்ன வயசில் எத்தனைக் கஷ்டங்களை அனுபவிச்சிருக்கே! மை காட்! யூ டின்ட் டிஸர்வ் இட்!”

அவள் லேசாகச் சிரித்தாள்.

“நாம ஒருத்தருக்கொருத்தர் பரிதாபப்பட்டுக்க வேண்டியதுதான்!”

அவர் சில வினாடிகள் மௌனமாக இருந்தார். பிறகு பெரிய பெருமூச்சுடன் சொன்னார்:

“என்னுடைய வாழ்க்கை இப்படி ஆகும்னு நினைக்கவேயில்லே மாலதி... சந்தோஷத்தோட உச்சியிலே இருந்த மாதிரி திருப்தியா இருந்தேன். விக்ரம் இந்த மாதிரி பிறந்தது எங்க ரெண்டு பேருக்குமே அதிர்ச்சி. ஆனா ஊர்மிளாவாலே தாங்கிக்கவே முடியல்லே. ரொம்பவும் மாறிப் போயிட்டா. குழந்தையைக் கவனிக்க மாட்டா. ஒரு தாய் அப்படி இருப்பாளான்னு எனக்கு ரொம்பக் கோபம் வரும். ஹோம்லே சேர்க்கலாம்னு வீம்பு பண்ணுவாள். மெல்ல மெல்ல விரிசல் விட்டுப் போச்சு. சேர்க்கவே முடியாத விரிசல்...”

அவருடைய முகத்தில் தெரிந்த விசனத்தைப் பார்க்கக் கண்றாவியாக இருந்தது. இவருடைய அன்பு அவ்வளவையும் ஒரு காலத்தில் ஆக்கிரமித்துக் கொண்டிருந்த ஊர்மிளாவின் மேல் கோபம் வந்தது.

"எனக்கு இப்ப விக்ரம்மை நினைச்சால்தான் துக்கம், அனாதைப் பையனாட்டம் ஹோம்லே சேர்க்கமாட்டேன்னு பிடிவாதமா இருந்தேன். இப்ப சேர்க்க வேண்டி வந்துடுத்து. அந்த மிஸ் வயலெட்டுக்கு எதிர்க்க என்னாலே தலை நிமிர்ந்து நிற்க முடியல்லே. கேள்வி கேட்கத் தெம்பில்லே மாலதி... என்னைக் குறை சொல்ல உனக்கென்ன யோக்கியதைன்னு அவ கேட்டா எங்கிட்டே பதில் இல்லே...!"

தன்னைக் கட்டுப்படுத்திக் கொள்ள இயலாத பரிவுடன் அவள் அவரருகில் சென்று அமர்ந்தாள்.

"பதிலை நா தரேன்!" என்றாள் மிக மெல்லிய குரலில்.

"எனக்கும் அவனை அங்கே பார்க்க சகிக்கல்லே. வீட்டுக்கு அழைச்சுண்டு வந்துடுங்கோ! நா அவனைப் பார்த்துக்கறேன்... நா அவனுக்கு அம்மாவா இருக்கேன்!"

அவர் தூக்கிவாரிப் போட்ட பதட்டத்துடன் அவளைப் பார்த்தார்.

"என்ன சொல்றே நீ? உனக்குப் பைத்தியம் பிடிச்சிருக்கா?"

அவள் தலையைக் குனிந்து கொண்டாள். "ரொம்பத் தெளிவா யோசிச்சுத்தான் சொல்றேன்."

"உனக்குப் பைத்தியம்தான் பிடிச்சிருக்கு! இந்த அளவுக்குப் பச்சாதாபப்பட்டு நீ உன் வாழ்க்கையைக் கெடுத்துக்க வேண்டாம்..."

அவள் தலைநிமிர்ந்தாள்.

"வெறும் பச்சாதாப உணர்வினாலே ஏற்பட்ட முடிவில்லே இது!"

"நீ இத்தனைப் பெரிய தியாகம் செய்ய வேண்டிய அவசியமென்ன?"

"இஷ்டப்பட்டு செய்ய நினைக்கிற காரியத்துக்குத் தியாகம்னு பேரில்லே..."

"எப்படி இஷ்டம் வரும்னு எனக்குத் தெரியல்லே... நீயும் ஏதாவது ஹோம் நடத்தறதுக்கு யோசனை பண்றியா?"

அவளுக்குச் சிரிப்பு வந்தது.

“மிஸ்டர் வைத்தீச்வரன்! உங்கமேல எனக்குப் பிரியம் ஏற்பட்டிருக்கும்னு உங்களுக்குத் தோணலியா...? அந்தப் பிரியத்தை உங்க குழந்தைகிட்டக் காட்ட ஆசைப்படறது இயல்பா உங்களுக்குத் தெரியலையா?”

அவர் திக்பிரமை அடைந்தவர் போல் வெகுநேரம் பேசாமல் உட்கார்ந்திருந்தார். பிறகு நிதானமாக எழுந்தார்.

“வேண்டாம் மாலதி... அநியாயமா உன் வாழ்க்கையைக் கெடுத்துக்காதே. அதுக்கு அவசியமில்லே. உனக்கு இதைவிட நல்ல வாழ்க்கை அமையணும்... என்னைவிட பிக்கல் பிடுங்கல் இல்லாத ஒரு புருஷன் கிடைக்கணும்...”

“எனக்கு விருப்பமில்லாத யாரோடையும் நா என்னைப் பிணைச்சுக்கத் தயாராயில்லே மிஸ்டர் வைத்தீச்வரன்! அதுக்கு அவசியமுமில்லே. நா விரும்பற துணை ஆயுசுக்கும் கிடைக்குமானால் சந்தோஷப்படுவேன். இல்லைன்னா, எல்லாத்தையும் மறந்துட்டு பழைய சந்நியாச வாழ்க்கை வாழறது எனக்குக் கஷ்டமில்லே...”

அவர் சிறிது நேரம் யோசனையுடன் நின்றார்.

சமாதானமில்லாதவர்போல் மண்டையை ஆட்டினார்.

“வேண்டாம் மாலதி... என்னுடைய சுமையை உன்னையும் சுமக்க வைக்கிறது நியாயமில்லை!”

அவள் கையைப் பற்றியபடி.

“தாங்க்யூ வெரிமச் ஃபார் யுவர் ஸெண்டிமெண்ட்ஸ்” என்று சொல்லிவிட்டு அவர் கிளம்பப் போனபோது, விவரிக்க இயலாத ஒரு துக்கம் நெஞ்சில் பொங்கி எழுந்தது. வெகு கஷ்டப்பட்டு அவள் தன்னைச் சமாளித்துக் கொண்டாள்.

யாரும் அவளது உணர்வைப் புரிந்துகொள்ள மாட்டார்கள் என்று தோன்றிற்று. அவரை நேசிப்பதாகச் சொன்னால் அபத்தமாகத்தான்படும்... அதில் ஏதோ ஆதாயத்தைத் தேடுவதாகவோ அல்லது வைத்தீச்வரன் நினைப்பதுபோல் வெறும் பச்சாதாப உந்துதல் என்றோதான் நினைப்பார்கள்...

இது ஒரு முடிந்துபோன அத்தியாயம் என்று அவள் தன்னை நிலைப்படுத்திக் கொண்டாள். தன்னுடைய எண்ணத்தை வெளிப்படுத்திய பிறகு, அதே அலுவலகத்தில் வைத்தீச்வரனை தினமும் சந்தித்துக் கொண்டு மனசை நிச்சலனமாய் வைத்துக்கொள்வது சாத்தியமான காரியம் என்று தோன்றவில்லை...

மறுநாள் அலுவலகத்துக்குச் செல்ல கால் எழும்பவில்லை.

சொந்தக் காரணத்தால் தொடர்ந்து டில்லியில் வேலை செய்ய தனக்கு இயலாது என்றும், தெற்கில் மாற்றல் வேண்டும் என்றும் ஒரு விண்ணப்பத்தையும்; ஒரு மாத லீவுக்கான விண்ணப்பத்தையும் எழுதி அனுப்பிவிட்டு, அன்றும் அடுத்து வந்த நாட்களையும் அவள் படுக்கையில் முடங்கிக் கழித்தாள். தஞ்சாவூருக்குச் செல்ல டிக்கெட் உடனடியாகக் கிடைக்காததால் செய்துவிட்ட முடிவு கிட்டத்தட்ட சமாதானமாகிப் போன நிலையில், ஒருநாள் இரவு அவள் ஏதோ புத்தகத்தில் ஆழ்ந்திருந்தாள். சட்டென்று உணர்வுகள் விழித்துக்கொண்டன. அவளுக்குப் பழக்கமான தினுசில் ஃபியட் கார் ஒன்று வாசலில் நிற்கும் ஓசை கேட்டவுடன், நாடி நரம்புகள் சிலிர்த்து எழுந்தன. கதவு தட்டப்படும் முன் அவள் கதவைத் திறந்தாள், அவளது அனுமதியில்லாமல் கை இயங்கிய மாதிரி.

அவளுடைய செயலைக் கண்டு நெகிழ்ந்து போனவராய் வைத்தீச்வரன் மென்மையாகப் புன்னகைத்து,

“ஹலோ!” என்றபடி உள்ளே நுழைந்தார்.

“ஏன் ஆபீஸுக்கு வரலே...? உடம்பு சரியில்லையா?”

அவள் தலையைக் குனிந்துகொண்டாள்.

“ஆமாம்.”

“ஒரு மாசம் லீவு போடும்படியா என்ன உடம்புக்கு?”

அவள் பதில் பேசாமல் ஜன்னல் பக்கம் சென்று நின்றாள். வாயைத் திறந்தால் துக்கம் வெளிப்பட்டுவிடும் என்று பயமேற்பட்டது.

“அத்தனை நாள் நீ போட்டேன்னா நா என்ன பண்ணுவேன்னு நினைச்சே?”

அவள் சரேலென்று அவர் பக்கம் திரும்பி, ஒரு வினாடி தீர்க்கமாகப் பார்த்து முகத்தைக் திருப்பிக்கொண்டாள்.

அவர் அவளருகில் வந்து அவளது தோளை இதமாகப் பற்றினார்.

“ஸாரி மாலதி... அன்னிக்கு நீ பேசின போது நா என்னைப்பத்தி மட்டும்தான் நினைச்சேன். நீ கொடுக்கறேன்னு சொன்ன ஆதாயம் எதிர்பார்க்காத பிரியத்தை, துணையை நா எப்படிப் பிச்சைக்காரனைப்போல் ஏத்துக்கறதுன்னு பயப்பட்டேன். ஆனா யோசிச்சுப்பார்த்த போது, பிச்சைக்காரனைப்போல இருக்க வேண்டியதில்லேன்னு தோணித்து... நானும் உனக்கு என்னாலே முடிஞ்ச அளவு கொடுக்கலாம்னு புரிஞ்சுது. நா அதிலே எத்தனை சதவிகிதம் தேறுவேன்னு தெரியாது மாலதி...”

“எதையும் நா எதிர்பார்க்கல்லே!”

“நீ சொன்ன யோசனைக்கு நா சம்மதிக்கிறேன். ஆனா. அதனால எனக்குக் கிடைக்கப்போற சௌகரியத்தை நினைச்சு சம்மதிக்கிறேன்னு நீ நினைக்கக்கூடாது. உன்னை சந்தோஷமா வைக்க நா ஆத்மார்த்தமா முயற்சி பண்ணுவேன்...”

அவள் உணர்ச்சிவசப்பட்டுப் போனாள்.

“அதைப்பத்தி எனக்கு சந்தேகமில்லை.”

அவர் அவளைத் தன்பக்கம் திருப்பிக்கொண்டு, தீர்க்கமாகப் பார்த்தார்.

“என் குழந்தைக்கு அம்மாவா இருக்கேன்னு நீயா முன்வந்து சொன்னே... உன் பெண்ணுக்கு நானும் அப்பாவா இருக்க மனப்பூர்வமா ஆசைப்படறேன். ஊருக்குப் போய் அழைச்சுண்டு வந்துடலாம் நளினியை...”

“நாளைக்கு ஊருக்குப் போக டிக்கெட் வாங்கியிருக்கிறேன்!”

"குட், அழைச்சுண்டு வந்துடு!"

தன்னுடைய பிரச்சினைகளுக்குக் கடைசியில் இத்தனை சுலபமாக விடை கிடைத்துவிட்டதை நினைத்து நெஞ்சு கொள்ளாத திருப்தி அவளுள் ஏற்பட்டது.

❖❖❖

அத்தியாயம் 14

ஓங்கி உயர்ந்திருந்த நந்தியை, அத்தை யோசனையுடன் பார்த்தபடி உட்கார்ந்திருந்தாள். தஞ்சாவூர் பெரிய கோவிலின் பிரும்மாண்ட பிரகாரத்தில் நளினி தன் சினேகிதியுடன் ஓடிப்பிடித்து விளையாடிக் கொண்டிருந்தாள். முசனைக்கு இப்போது முகத்தில் ஒரு தெளிவு தெரிந்தது. சிரிப்பு ‘கலீர்’ என்று பயமில்லாமல் ஒலித்தது. தலைநிறைய மல்லியும் கதம்பமும், ஒற்றைப் பின்னலும் ஜடைக்குச்சும் உருவத்தையே மாற்றி இருத்தன.

அத்தை இன்னும் நந்தியைவிட்டுப் பார்வையை அகற்றவில்லை.

“என்ன அத்தே, நா சொன்ன விஷயம் அத்தை அதிர்ச்சியா இருக்கா?”

அத்தை சுயநினைவுக்கு வந்தவளாய் மெல்லத் திரும்பினாள்.

“கொஞ்சம் அதிர்ச்சிதான். அதாவது இந்த மாதிரி ஒரு திருப்பம் வரும்னு எதிர்பார்க்காததாலே!”

“எனக்கு மனசு ரொம்பத் தெளிவா இருக்கு அத்தே... எந்தப் பயமும் ஏற்படலே!”

“அதைத்தான் என்னால் புரிஞ்சுக்க முடியல்லே. ஏற்கெனவே துக்கப்பட்டவ நீ. புதுசா ஏதாவது சங்கடத்திலே மாட்டிக்கப் போறியோன்னு இருக்கு. இந்த விஷப் பரீட்சை அவசியம்தானான்னு தோணறது...”

மாலதி சிறிதுநேரம் பதில் பேசாமல் விளையாடிக் கொண்டிருந்த நளினியைப் பார்த்தாள்.

"ரொம்ப பெண்களுக்கு என்னுடைய வயசுலே முதல் கல்யாணம் நடக்கிறது. அத்தே. என்னுடைய முதல் கல்யாணத்தை ஒரு விபத்துன்னு நினைச்சுக்கறேன். முதல்முறையா ஒருத்தர் மேலே பிரியம் ஏற்பட்டு நா அவரைக் கல்யாணம் செய்துக்க நினைக்கிறது தப்பா அத்தே?"

"தப்புன்னு சொல்லலே! இதிலே எத்தனையோ பிரச்சினைகள் இருக்கே! ஆயுசு முழுக்க படுத்த படுக்கையா இருக்கப்போற சீக்காளிக் குழந்தையைப் பார்த்துக்கணுங்கறே? முதல் பெண்டாட்டி உசிரோட இருக்காங்கறே. எதனாலே விலகிப்போனான்னு முழுக் காரணமும் தெரியலே. வைத்தீச்வரன் சொன்னதுதானே உனக்குத் தெரியும்? உனக்கு ஒரு பெண் குழந்தை இருக்கா. இத்தனை விஷயங்கள் யோசிக்க இருக்கும்போது, எப்படிச் சடார்னு அவரைக் கல்யாணம் பண்ணிக்க முடிவு பண்ணே? அந்த மனுஷன் தொந்திரவு பண்ணாரா...?"

"சேச்சே! அவருக்கு இந்தமாதிரி யோசனையே கிடையாது. நானாத்தான் முடிவு பண்ணி அவர்கிட்ட சொன்னேன். அவர் முதல்லே ஒத்துக்கவேயில்லே!"

அத்தை நம்ப முடியாத திகைப்புடன் அவளைப் பார்த்தாள்.

"என்னாலே உன்னைப் புரிஞ்சுக்கவே முடியல்லே மாலு! தபஸ்வி மாதிரி இருந்தே..."

தான் மறுவிவாகம் செய்து கொள்வதில் அத்தைக்கு விருப்பமில்லை என்கிற உணர்வுடன் அவள் மெல்லிய சோகத்துடன் சிரித்தாள்.

"இவருக்காக தபஸ் இருந்தேனோ என்னவோ!"

அத்தையின் முகபாவம் மாறவில்லை.

"அவரைப்பத்தி உனக்கு என்ன தெரியும்னு இத்தனை பெரிய முடிவெடுத்திருக்கே?"

"அவர் நல்லவர்னு தெரியும். அவர் படற கஷ்டத்தைப் பார்த்தா, எனக்கு ரொம்ப ஆப்தமானவர் கஷ்டப்படற மாதிரி எனக்கு

மனசு பதைக்கிறது அத்தே... அவரைச் சந்தோஷப்படுத்தணும்னு துடிக்கிறது. அதனாலே எனக்கும் சந்தோஷமேற்படும்னு தோணறது!"

"பெத்தவளே பாத்துக்க முடியாதுன்னு குழந்தையை விட்டுட்டுப் போயிட்டாங்கறே, உன்னாலே முடியுமா?"

"முடியும் அத்தே! பிரியம் வைக்க ரத்த சம்பந்தம் இருக்க வேண்டியதில்லே. மனசு பெரிசா இருக்கணும். நீங்க இல்லையா இப்ப!"

அத்தை சந்தேகத்துடன் பார்த்தாள்.

"நளினியைத் தன் பெண்ணாய் அவர் ஏத்துப்பாரா!"

"ஏத்துப்பார். கையோடு அழைச்சிண்டு வந்துடுன்னு சொல்லியிருக்கார். அவளுக்கு எந்தப் பயமும் இருக்காது இனிமே. கார்லே ஸ்கூலுக்குப் போகலாம். வீடு நிறைய வேலைக்கு ஆட்கள்!"

"இத்தனை இருந்தும், நீ அங்கே ஆயா வேலை பார்க்கப்போறே?"

"அத்தே! பிளீஸ், நீங்க என்னைப் புரிஞ்சுக்க முயற்சி பண்ணணும். தஞ்சாவூர்லே சமூகசேவை செய்யச் சொன்னேள். இப்ப நா செய்யப்போறது ஒரு சேவைன்னு வெச்சுக்குங்களேன்!"

"மகளே உன் சமத்து!" என்றபடி அத்தை எழுந்தாள்.

"மறுபடியும் ஒரு ஏமாத்தம் ஏற்பட்டதுன்னா உன்னாலே தாங்க முடியுமான்னு பயப்படறேன்..."

"ஏமாத்தம் ஏற்படாது!" என்றாள் அவள் தீர்மானமாக.

"ஏன்னா, நா எதையும் எதிர்பார்த்துப் போகலே..."

அத்தை சமாதானமாகவில்லை என்பது மௌனமாகத் தலையைக் குனிந்தபடி நடந்ததில் தெரிந்தது.

"நளினி இங்கேயே இருந்துட்டுப் போகட்டுமே? எதுக்கு அவசரப்பட்டு அழைச்சுண்டு போகணும்? இப்பத் தான் பாட்டும் டான்சும், படிப்பும் படிய ஆரம்பிச்சிருக்கு..."

“எங்களோட அவ சேர்ந்து இருக்கறதுதான் தேவலை அத்தே! அப்புறம் பிடிமானம் இல்லாமே போயிடும்!”

“நளினி வர சம்மதிப்பாளான்னு கேட்டுக்கோ.”

நளினியை அத்தை நன்றாகத் தெரிந்து வைத்திருந்தது அவளுடன் பேச முற்பட்டபோது மாலதிக்குப் புரிந்தது.

கோவிலிருந்து வீட்டுக்குப் போய்ச் சேருகிறவரை நளினி தன் ஸ்கூலைப் பற்றியும், தோழிகளைப் பற்றியும், டான்ஸைப் பற்றியும் சளசளத்துக் கொண்டிருந்தாள்.

“ஜிப்ஸி டான்ஸுக்கு ஜிப்ஸி டிரெஸ் வேணும்; தைச்சுத் தர்றியாம்மா?” என்றாள்.

“ஸ்கூல்டே’வரப்போறது. அதுக்கு இருப்பியோ நீ?” என்றாள். “எல்லாருடைய அப்பா அம்மாக்களும் அன்னிக்கு வருவா. இருந்துட்டு போயேன்மா, பிளீஸ்!”

தஞ்சாவூரில் தான் இருப்பது ஏதோ சாசுவத ஏற்பாடு போல் அவள் பேசுவது மாலதிக்கு சங்கடத்தை ஏற்படுத்திற்று.

“இல்லை கண்ணு... எனக்கு அத்தனை நாள் லீவு இல்லை!”

நளினியின் முகம் சூம்பிப் போயிற்று.

“நீயேன் அங்கே தனியா இருக்கே? இங்கே வந்துடு!”

இதற்கு என்ன பதில் சொல்வது என்று புரியாமல் அவள் தவித்தாள். அத்தை இந்த சம்பாஷணைக்கும் தனக்கும் சம்பந்தமில்லாத மாதிரி மௌனமாக நடந்தது லேசாக எரிச்சலை ஏற்படுத்தியது.

‘இந்த அத்தை என்னதான் நினைத்துக் கொண்டிருக்கிறாள்? இருபத்து நாலு வயசில் திருப்புகழ் பஜனை செய்து கொண்டிருக்க வேண்டும் என்று எதிர் பார்க்கிறாளா?’

“வேலையை விட்டுடலாம்னுதான் நினைச்சுண்டிருக்கேன் நளினி ஆனா டில்லியை விட்டு வரமுடியாது. டில்லியிலே இதை விட நல்ல ஸ்கூல் இருக்கு. உன்னை அங்கே அழைச்சுண்டு போயிடப் போறேன்.”

சரேலென்று நளினி திரும்பி அவளைப் பார்த்தாள்.

"டில்லிக்கா? நா வரமாட்டேன்!" அழுத்தந்திருத்தமாக வார்த்தைகள் வந்தன.

"என்னோட நீ இருக்க வேண்டாமா நளினி?"

நளினி சற்று நேரம் பேசாமல் இருந்தாள்.

"நீயே இங்கே வந்துடு. நா டில்லிக்கு வரமாட்டேன்!"

"நா எப்பவும் இருப்பேம்மா, உன்னை அங்கே பாத்துக்க! வேலையை விட்டுடப் போறேன். பெரிய வீட்டிலே இருப்போம். காரும் வேலைக்காரனும் இருப்பா..."

"நா வரல்லே. வேலையை விட்டுட்டு இங்க வந்துடு இந்த ஸ்கூல் எனக்குப் பிடிச்சிருக்கு."

இப்பொழுது சற்று விட்டுப் பிடிக்கவேண்டும் என்று அவள் பேசாமல், இருந்தாள்.

வீட்டிற்குப் போய்ச் சேர்ந்ததும் அத்தை சமையல் அறைக்குள் நுழைந்ததைப் பார்த்து, அவள் நளினியை அணைத்தபடி உட்கார்ந்தாள்.

"நளினி, மத்த குழந்தைகள் மாதிரி அப்பா-அம்மாவோட இருக்கணும்னு ஆசையில்லையா?"

"இருக்கு. ஆனா எனக்குத்தான் அப்பா இல்லையே?"

"உனக்கு ஒரு அப்பா வரப்போறார்... புது அப்பா, ரொம்ப நல்லவர்!"

நளினியின் உடம்பு விறைத்துக் கொண்டதை அவள் உணர்ந்தாள்.

"எங்கே அவர்?"

"டில்லியிலே இருக்கார். உன்கிட்ட ரொம்பப் பிரியமா இருப்பார். உன்னை அழைச்சுண்டு வரச் சொன்னார்..."

சற்று நேரம் திகைத்துப் போனவள் போல் நளினி பேசாமல் உட்கார்ந்திருந்தாள். பிறகு விடுக்கென்று எழுந்து வெளியே நடந்து கொண்டே சொன்னாள்:

"நா வரமாட்டேன்னு அவர்கிட்டே சொல்லு."

மாலதிக்குத் தூக்கிவாரிப் போட்டது. என்னபிடிவாதம் இந்தப் பெண்ணுக்கு என்று மெலிதாகக் கோபம் கூட ஏற்பட்டது. அத்தையின் செல்லம் அதிகமானதின் விளைவு இது என்று தோன்றிற்று.

அவள் எழுந்து வெளியே வந்தாள். கூடத்து மூலையில் முழங்கால்களில் முகத்தைப் புதைத்துக்கொண்டு நளினி அழுதுகொண்டிருந்தாள்.

எதிர்பார்த்ததைவிட இது ஒரு பெரிய பிரச்சினையாகப் போய்விட்டதைக் கண்ட ஆயாசத்துடன், அவள் நளினியின் அருகில் சென்றமர்ந்து ஆசுவாசப்படுத்த முயன்றாள்.

"எதுக்கு அழறே நளினி?"

"நா இங்கேயே இருக்கேன். நா டில்லிக்கு வரல்லே!."

"மாலு..."

அத்தை சமையலறை வாயிற்படியில் யோசனையுடன் நின்றிருந்தாள்.

மாலதி எழுந்து அவளருகில் சென்றாள்:

அத்தை சமையலறைக்குள் நுழைந்துகொண்டே மெல்லிய குரலில் சொன்னாள்:

"கொஞ்சம் விட்டுப்பிடி மாலு. இப்பத்தான் ஒரு அதிர்ச்சிலேந்து மீள ஆரம்பிச்சிருக்கா. அதுக்குள்ளே இன்னொரு அதிர்ச்சியைக் குடுத்தியானா எப்படித் தாங்கிப்பா?"

"வேற என்ன அதிர்ச்சி?"

"புது அப்பா வரப்போறாங்கறே! இந்தக் காலத்துக் குழந்தைகளுக்கு சூட்சுமம் ஜாஸ்தி. நம்மளை மாதிரி சட்டுனு மாறுதல்களைத் தாங்கிப் பழகிக்கத் தயாரா இருக்காது..."

மெல்லிய குற்ற உணர்வுடன் அவள் தலையைக் குனிந்துகொண்டாள்.

“பின்னே நா என்ன செய்யட்டும் அத்தே?”

“உனக்கே புது இடத்துக்குப் போய் பழகிக்கக் கொஞ்ச நாள் ஆகும். இவ இங்கேயே இப்போதைக்கு இருக்கட்டும். அவளுடைய மனசு கொஞ்சம் சமாதானமானப்புறம் பார்த்துக்கலாம்...”

நளினியின் போக்கு பெரிய ஏமாற்றத்தை ஏற்படுத்தினாலும், அத்தை சொன்னது போல் சற்று விட்டுப்பிடிப்பதுதான் நல்லது என்று தோன்ற, அவள் நளினியை உற்சாகப்படுத்துவதில் முனைந்தாள். அவள் கேட்ட ஜிப்ஸி டிரஸ்ஸைத் தைத்துக் கொடுத்து. ‘ஸ்கூல்டே’க்காக இரண்டு நாட்கள் பயணத்தை ஒத்திப்போட்டு,

அப்படியும் அவள் கிளம்பும்போது, நளினி சுரத்தில்லாமல் இருந்தாள். ரயில் கிளம்பியவுடன் அத்தையின் புடைவைக் கொசுவத்தில் முகத்தைப் புதைத்துக்கொண்டு அழ ஆரம்பித்ததைக் கண்டு மாலதிக்குப் பெரிய குழப்பமும் துக்கமும் ஏற்பட்டன.

அவள் எடுத்திருக்கும் முடிவு அவள் எதிர்பார்த்ததற்கு நேர்விரோதமான பாதிப்பை நளினியிடம் ஏற்படுத்தும் என்கிற பயம் மெலிதாக அரிக்க ஆரம்பித்தது.

‘இப்பொழுது என்ன செய்யப் போகிறோம்? டில்லியைப் பற்றிய பயமும், வெறுப்பும் இன்னும் எத்தனை நாட்களுக்கு அவள் மனசில் இருக்கும்? நாம் திருமணம் செய்து கொள்வதும், புதிய பயங்களை எழுப்பும். விக்ரம்மை வீட்டிற்கு அழைத்துவந்த பிறகு நினைத்தபோது தஞ்சாவூருக்குப் போக முடியுமா? அடிக்கடி பார்க்க முடியாத நிலையில் இப்போதிருக்கும் பிடிமானம் விட்டுப் போகாதா?’

அவளுக்கு நினைக்க நினைக்கக் குழப்பம் அதிகரித்தது. தான் எடுத்திருக்கும் முடிவு நல்லதிற்குத்தானா என்று திரும்ப திரும்ப சந்தேகம் வந்தது. புதிய பிரச்சினைகளை ஏன் உருவாக்குகிறாய் என்ற அத்தையின் கேள்வி விசுவரூபமாய் எழுந்து சிந்தனையை வியாபித்தது. தூக்கமே வராமல் இரண்டு இரவுகள் கழிந்தன.

டில்லி ஸ்டேஷனில் காலை வைக்கும் போது மனசு பெரிய சோர்வில் இருந்தது. என்னுடைய வாழ்வில் எந்த வானவில்லையும் இனிமேல் எதிர்பார்ப்பது முட்டாள்தனம் என்று நொந்துகொண்டது. முதல் வேலையாக மூட்டை கட்டிக்கொண்டு கிளம்ப வேண்டும். நெஞ்சத்தில் ஒரு புதியகனவு உருவானதை மறந்து...

"மாலதி!"

அவள் திடுக்கிட்டு நிமிர்ந்தாள்.

அவளை வரவேற்க வைத்தீச்வரன் வந்திருந்தார்.

சற்றுமுன் வரை மனத்தைக் குழப்பிக் கொண்டிருந்த சந்தேகங்களையும், பயங்களையும் ஒரேடியாய் அடித்துக்கொண்டு ஒரு பிரவாகம் கிளம்பிற்று.

"நளினி வரல்லே?"

"இல்லே! டில்லின்னாலே இன்னும் ரொம்பப் பயப்படறா!"

"புவர் கிட்!" என்றார் அவர், கனிவாக.

"கொஞ்சம் விட்டு பிடிப்போம். அடிக்கடி நாம அங்கே போய் அவளைப் பார்த்துவிட்டு வரலாம் ஓ.கே?"

அது எப்படி சாத்தியம் என்கிற சந்தேகமே இப்பொழுது தோன்றாமல் "ஓ.கே." என்றாள் தெம்புடன்.

அடுத்த எட்டாம் நாள் நிச்சலனமாய் திருமண ரெஜிஸ்ட்டர் அலுவலகத்தில் கையொப்பமிட்டு அவருக்கு மனைவியானாள்.

❖❖❖

15
அத்தியாயம்

“பிடிவாதம் பிடிக்காதே விக்ரம்... இன்னும் கொஞ்சம் பாக்கியிருக்கு. குடிச்சுடு, நீ நல்ல பிள்ளையோல்லியோ?”

‘முடியாது’ என்கிற ரீதியில் விக்ரம் மண்டையை ஆட்டினான்.

மாலதி ஒரு கையில் பால் தம்ளரைப் பிடித்துக்கொண்டு, இன்னொரு கையால் தலையைக் கோதிவிட்டாள்.

விறைத்திருந்த விக்ரம்மின் உடல் சட்டென்று இளகிற்று. சமாதானமாகிப் போனதன் அறிகுறியாய் முகம் அஷ்டகோணலாய் கோணி வெகுசிரமத்துடன் புன்னகையை வெளிப்படுத்திற்று.

மாலதி துயரத்துடன் அவனைப் பார்த்தாள். அவனுடைய சூம்பிய தோளையும் கையையும் மென்மையாகத் தடவியபடி மெல்ல அவனது வாய்க்குள் பாலைவிட ஆரம்பித்தாள். சிரித்துக்கொண்டே விக்ரம் குடித்த மாதிரி தோன்றிற்று.

ஸ்பரிசம் அவனுள் பெரிய பாதிப்பையும் மாறுதலையும் ஏற்படுத்துவதை வீட்டிற்கு அழைத்து வந்துவிட்ட பதினைந்து நாட்களில் அவள் உணர்ந்திருந்தாள். பார்வையில்லாத, மூளை இயங்காத நிலையில் கனிவான ஸ்பரிசத்தை மட்டும் புரிந்துகொள்வதும், அதற்குப் பணிந்து போவதும் நெஞ்சைத் தொட்டது. எத்தனைப் பரிதாபம் இது என்று துக்கமேற்பட்டது.

இவனுடைய பிறப்பினால் யாருக்கு என்ன லாபம்? இதற்கெல்லாம் என்ன அர்த்தம்? யார் செய்த வினைக்கு

இவன் சிலுவையைச் சுமக்கிறான்? இவனது வினைக்கா? பின் யாருக்காக...?

மற்றவருக்காக இருந்தால், அதைவிடப் பரிதாபம் வேறு இருக்க முடியாது.

திருமணம் ஆன கையுடன் அவள் ஸ்பாஸ்டிக்ஸ் ஹோமுக்குச் சென்று, அவனை வீட்டிற்கு அழைத்துப் போவதாகத் தெரிவித்தபோது, மிஸ் வயலெட் சொன்னது நினைவுக்கு வந்தது...

"உங்கள் தீர்மானம் பாராட்டப்பட வேண்டியது. முப்பது வருஷங்களாக நான் இந்த ஹோமில் இருக்கிறேன். எனக்குப் புரிந்துகொள்ள முடியவில்லை. இந்த மாதிரி குழந்தைகளை வசதியுள்ள தாயார்கள் எப்படி இங்கே மனசார விட்டுவிட்டுப் போகிறார்கள்? புத்திசாலிக் குழந்தையிடம் தான் பிரியம் காட்டுவார்களேயானால், மிக சுயநலக் கும்பலாக, வியாபாரக் கும்பலாக அல்லவா தாய்க்குலம் ஆகிவிட்டதாக அர்த்தம்?"

தனக்குள் கிளம்பும் இதே கேள்விகளுக்குப் பதில் தெரியாத குழப்பத்தில் மாலதி மௌனமாக நின்றாள்.

இப்பவும் அந்தக் கேள்வி அடிக்கடி எட்டிப் பார்த்தது.

எப்படிப் போனாள்?

மூன்றாம் மனுஷியான எனக்கு ஏற்படும் துக்கமும் பரிவும் கூடத் தோன்றாமல் ஒரு பெற்றவள் எப்படி இருப்பாள்?

விக்ரம்மின் வாயோரம் சற்று வழிந்திருந்த பாலைத் துடைத்துவிட்டு, போர்வையைப் போர்த்தி விட்டுத் திரும்புகையில் அறையின் கதவில் சாய்ந்தபடி வைத்தீச்வரன் நின்றிருந்தார்.

தன்னைப் பாதிக்கும் இந்தக் கேள்வி இவரை இன்னும் அதிகமாகவல்லவா அலைக்கழிக்கும் என்கிற கனிவுடன் அவள் மெலிதாகப் புன்னகைத்தாள்.

"விக்ரம் சமத்தா இன்னிக்குப் பாலைக் குடிச்சிட்டான்."

அவர் சில வினாடிகள் யோசனையில் தடுமாறுகிறவர் போல் நின்றார். சிந்தனையுடனேயே சிரிப்பு விரிந்து, "குட்" என்றார்.

அவளுடைய தோள்களை மென்மையாகப் பற்றி, "நீ இத்தனை சிரமம் எடுக்கறதைப் பார்த்தா எனக்கு சிலசமயம் ரொம்பப் பரிதாபமாயிருக்கு மாலதி!" என்றார்.

"எதுக்கு பரிதாபம் ஏற்படணும்?" என்றாள் அவள் சரளமாக.

"நீ வாழ்க்கையிலே எந்தவித சுகத்தையும் பார்க்காதவ. மறுபடியும் கஷ்டத்தைத் துணிஞ்சு ஏத்துண்டிருக்கிறதை என்னாலே புரிஞ்சுக்க முடிடல்லே."

"நீங்க புரிஞ்சுக்க வேண்டிய அவசியமில்லே!" என்றாள் அவள் விளையாட்டாக.

"பரிதாபமும் படவேண்டியதில்லை. ஏன்னா நா இதையெல்லாம் கஷ்டமா நினைக்கலே."

அவர் கண்களில் அவருக்கு சுவாபாவமான அசாதாரணக் கனிவு தெரிந்தது.

"நீ எனக்குக் கிடைச்சது என்னுடைய அதிர்ஷ்டம் மாலதி!"

மனத்தில் அவரைக் கண்டவுடன் பூத்திருந்த உற்சாகம் மெள்ள இறங்கினாற்போல் அவளுள் ஒரு நெருடல் ஏற்பட்டது. இந்த வார்த்தைகளுக்கு என்ன அர்த்தம்...?

'நல்ல சமையல்காரி, நல்ல வேலைக்காரி கிடைத்தது என்னுடைய அதிர்ஷ்டம்' என்று சொல்கிற திருப்தியைப் போலவா? அதற்குமேல் வேறு எந்த உணர்வும் இல்லையா?

கல்யாணமான பிறகும் அவளிடம் மனசார நெருங்கி வர அவர் தயங்குவதாக அவளுக்குத் தோன்றிற்று. இந்த பந்தத்திற்கு நீதான் பொறுப்பு என்கிற மாதிரி...

அன்பைக் காட்டினார். கனிவாகப் பேசினார். அவள் செய்த காரியங்களைப் பாராட்டினார். ஆனால் ஆத்மார்த்தமாக, அவளுக்கு அவரிடம் தோன்றிய நெருக்கமும் அபிமானமும்

போல அவருக்குத் தோன்றவில்லை என்கிற நினைப்பு, அவளுள் ஒரு சின்ன ஏமாற்றத்தை ஏற்படுத்திற்று. ஒரே ஒரு உணர்வுதான் அவரை அவளிடம் ஈர்த்தது.

நன்றியுணர்வு.

இந்த நன்றிக்கடனுக்காக அவளை அவர் உற்சாகப்படுத்தப் பெருமுயற்சி எடுப்பது அவளுக்கு ஒருபக்கம் வேடிக்கையாக இருந்தது.

என்னை எனக்காக ஏற்க இவர் என்றாவது முன்வருவாரா?

'கடைசியில் ஆயா வேலை பார்க்க போறேங்கறே...?'

அத்தையின் வாக்குப் பலித்துப் போகுமோ?

கௌரவப்படுத்தப்பட்ட ஆயா ஸ்தானத்தில்தான் இருக்கப் போகிறேனோ?

எ க்ளோரிஃபைய்ட் ஆயா!

அவள் சட்டென்று சுய நினைவுக்கு வந்தாள். ஏன் மூளை இப்படிக் கடிவாளம் அறுந்தாற்போல் துள்ளுகிறது?

அவள் அவர் கையை மெல்ல விலக்கிச் சிரித்தாள்,

"உங்களுக்கு நா கிடைக்கல்லே... நீங்களா என்னைப் பொறுக்கல்லே. நானா வந்து ஒட்டிண்டேன்."

கூடவே அவள் வாய்விட்டுச் சிரித்தாள்.

"நிஜம்மாவே என் மனசு இரும்பாய் போயிருந்தது தெரியுமோ? உங்களைப் பார்த்ததும். மாக்னெட்டைக் கண்ட மாதிரி ஒட்டிண்டதுன்னா நீங்க நம்பமாட்டேள்!"

அவர் நம்பவில்லை என்பது அவர் முகபாவத்தில் தெரிந்தது.

"நம்புறேன்" என்று வைத்தீச்வரன் சிரித்தார்.

"நீ இப்ப விலகி நின்னாத்தான் நா ஆபீஸுக்குக் கிளம்ப முடியும்!"

"கிளம்புங்கோ, மேஜை மேல தயாராயிருக்கு சாப்பாடு!"

“தாங்க்யூ... நா நிஜமாகவே அதிர்ஷ்டசாலிதான் மாலதி! ரொம்ப என்னை கவனிச்சுண்டியானா நா சோம்பேறியாகப் போயிடுவேன்!”

அவள் பதிலேதும் சொல்லாமல் புன்னகையுடன் அவர் சாப்பிடும்போது எதிரில் உட்கார்ந்துகொண்டாள்.

“உங்களைக் கவனிச்சுக்கறது எனக்கு சந்தோஷத்தைக் கொடுக்கறதுன்னாலும் நம்பமாட்டேளா?”

“புருஷனைப் பெண்டாட்டி கவனிக்கறதும், கவனிக்கணும்னு எதிர்பார்க்கறதும் ரொம்ப ஓல்ட்ஃபேஷன் மாலதி!”

“பிரியம் வைக்கிறது கூடவா?”

அவளுடைய கேள்வி மிக மிருதுவாக ஒலித்தது.

அவர் திடுக்கிட்டு அவளை நிமிர்ந்து பார்த்தார்.

‘பிரியம் என்கிற வார்த்தையில் எனக்கு நம்பிக்கை போய் எத்தனையோ நாட்களாகிவிட்டன’ என்கிற பார்வை பார்த்தார்.

பிறகு லேசாகத் தோளைக் குலுக்கினார்.

“நா எதையும் யார்கிட்டேந்தும் இப்ப எதிர்பார்க்கல்லே மாலதி... நீ விக்கிக்கிட்டப் பிரியம் காட்டினா அதுவே எனக்கு ரொம்பப் பெரிய விஷயம்!”

அவள் தலையைக் குனிந்துகொண்டாள். வார்த்தைகள் சுருக்கென்று தைத்தன. அவரது அந்த உணர்ச்சியற்ற தோள்களைக் குலுக்கி.

‘நான் உங்களை நேசிக்கிறேன்!’ என்று சொல்ல வேண்டும்போல் இருந்தது.

‘உங்கள் மேல் என் மனசில் பூத்திருக்கும் பிரியம் உண்மையானது... விக்ரம்மிற்காக உங்களை நான் மணத்து கொள்ளவில்லை உங்களது தோழமைக்காக மணந்துகொண்டேன். பெற்ற பெண்ணைக் கூட மறந்து போகுமளவுக்கு மோசமாகிப் போனேன்...’ என்று விளக்க வேண்டும் போல் இருந்தது.

எப்படி விளக்குவது...? வாய்விட்டு விளக்கக்கூடிய விஷயமா இது?

அவர் மெல்ல கையை நீட்டி அவள் கையைப் பற்றினார்.

"என்ன மாலதி?" என்றார் மிருதுவாக.

அவள் தன்னை சமாளித்துக்கொண்டு புன்னகைத்தாள்.

"ஒண்ணுமில்லே" என்றாள் மென்மையாக.

"சில விஷயங்களை விவரிச்சு ஒண்ணும் லாபமில்லேன்னு நினைச்சுண்டேன்."

"ஸாரி மாலதி!" என்றார் அவர். எழுந்துகொண்டே, "நீ பிரியம் அதிகமாக காட்டினா எனக்குள்ளே குத்த உணர்வு ஏற்பட்டது. நீ கொடுக்கறதை விட நா திருப்பறது குறைவா இருக்குமோன்னு!"

"கவலைப்படாதீங்கோ... நா வாங்கிக்கறது தெரியாம வாங்கிப்பேன்!"

"ஆ, சரியாகச் சொன்னேன்... வாங்கிக்கறது உன் சாமர்த்தியத்திலேதான் இருக்கு!"

அவர் ஆபீஸுக்குப் போய் வெகுநேரத்துக்கு அவரது வார்த்தைகள் சுழன்று சுழன்று வந்து குழப்பின.

அவள் தன்னை மெள்ள சமாதானப் படுத்திக்கொண்டாள்.

பூஜ்யத்திலிருந்து பூஜ்யம்தான் கிடைக்கும்! நான் எதுவும் கொடுத்தால் ஒழிய பலன் எதுவும் இருக்காது. பந்தை விட்டெறிந்தால் பௌன்ஸ் ஆகி வருவதுபோல் கொடுப்பது திரும்பி வராமல் போகாது. இட் இஸ் எ ஷியர் ஸயன்டிஃஃபிக் ப்ராஸஸ்...

கூடத்து மூலை மேஜையில் ஊர்மிளாவின் புகைப்படம் இன்னமும் அலட்சியச் சிரிப்புடன் இருந்தது. அதை அவர் ஏன் உள்ளே எடுத்து வைக்காமல் இருக்கிறார் என்று அவளுக்கு வியப்பாக இருந்தது. அவளுடைய ஞாபகத்தை விலக்க அவர் விரும்பவில்லை என்று தோன்றிற்று. அந்தக் காரணத்தாலேயே அவர் தன்னிடம் அதிகமாக நெருங்கத் தயங்குகிறார் என்று விசனமேற்பட்டது.

அது அங்கே இருக்கும் வரை தன்நிலை இரண்டாம்பட்ச நிலைதான் என்று தோன்றிற்று.

“எதுக்கும்மா, இன்னமும் அந்த போட்டோவை வெச்சிருக்கீங்க?”

அவள் திடுக்கிட்டு நிமிர்ந்தாள். சேலத்தைச் சேர்ந்த வேலைக்காரி ருக்மிணி அறையை மெழுகிக்கொண்டே அவளது எண்ண ஓட்டத்தைப் புரிந்து கொண்டிருக்க வேண்டும். ஊர்மிளா இருந்த போதும் இவள் இங்கு வேலை செய்தவள் என்கிற ஞாபகம் வந்தது. அவள் தன்னைக் கட்டுப்படுத்திக் கொண்டு சொன்னாள்:

“இருந்துட்டுப் போகட்டுமே ருக்மிணி... இந்த வீட்டுக்கு எஜமானியா இருந்தவ என்கிறதை மறந்துட முடியுமா?”

“ஆ... இந்த வூடும் வேணாம். ஒண்ணும் வேணாம்னு உதறிவிட்டுப் போனவங்களுக்கு இன்னும் மரியாதை என்ன வேண்டிக் கிடக்குது?”

“அவங்கமேல எனக்கொண்ணும் விரோதமில்லே ருக்மிணி!”

“அய்யாவுக்கே விரோதமில்லே, உங்களுக்கு எப்படியிருக்கும்...? ஒரு மனுஷனுக்குக் கோபம் கூடவா இருக்காது? ஆச்சரியந்தான். அவரே இல்ல போட்டோவை உள்ளே போட்டிருக்கணும்?”

இவளுடன் பேச்சுக் கொடுக்கக் கூடாது என்ற உள்ளுணர்வின் எச்சரிக்கையையும் மீறி மாலதி மெல்ல சிரித்துக்கொண்டு கேட்டாள்:

“உனக்குத்தான் கோபம்னு தெரியறது ருக்மிணி!”

“நா கோபப்பட்டு என்னங்க லாபம்? பெரிய மனுஷங்க வீட்டு விவகாரம்னு நா ஒதுங்கியேதான் இருப்பேன். ஆனா, அந்தம்மா நடந்துக்கறதைப் பார்த்து ஆச்சரியமாயிருக்கும். ஐயா மாதிரி ஒரு புருஷன் மனசை நோகடிக்க எப்படிங்க மனசு வரும்?”

“அதப்பத்தியெல்லாம் இப்ப எதுக்கு ருக்மிணி? அந்தம்மா மனசிலே எத்தனை துக்கமோ! குழந்தை வேற இப்படி பிறந்து...”

“ஆங்... துக்கமாவது ஒண்ணாவது! அந்தம்மாவுக்கு வெளியிலே வாசல்லே போகணும்... நாடகத்திலே நடிப்பாங்க. குழந்தையைக் கவனிக்கிறதில்லேன்னு ஐயாவுக்குக் கோபம் வரும்...”

இவள் இப்போதைக்கு ஓயமாட்டாள் என்று அவளுக்கு பயமேற்பட்டது ஊர்மிளாவைப் பற்றிய விவரங்கள் தெரிந்துகொள்ள வேண்டும் என்கிற ஆவலிலும் அவள் தன்னைக் கட்டுப்படுத்திக் கொண்டு, தபாலைப் பார்க்கிற சாக்கில் வெளியே வந்தாள்.

அத்தையிடமிருந்து கடிதம் வந்திருந்தது.

❖❖❖

16 அத்தியாயம்

அத்தையின் கடிதத்தைப் படிக்கப் படிக்க அடிவயிற்றில் ஒரு சங்கடம் ஏற்பட்டது.

'நீ அடிக்கடி நளினிக்குக் கடிதாசு போட்டுக்கொண்டிரு. நீ கிளம்பிப் போனதிலிருந்து கொஞ்சம் சுரத்தில்லாமல் இருக்கிறாள். பாட்டிலும் டான்ஸிலும் கூட சிரத்தைக் குறைந்திருக்கிறது. நாளாவட்டத்தில் சரியாகப் போய் விடுவாள் என்று நினைக்கிறேன். நீ கவலைப்படாதே. உன் கணவர் சௌக்கியமா?'

'மாப்பிள்ளை' என்று சகஜமாகச் சொல்ல அத்தை தயங்குவது தெரிந்தது... நளினியின் மனச்சோர்வுக்கு நீதான காரணம் என்று குற்றம்சாட்டுவது புரிந்தது.

அத்தைக்குத் தன் செயல்பாட்டோடு சம்மதமில்லை என்று அவள் உணர்கையில், அத்தையே நளினியின் மனச்சோர்வுக்குத் தூபம் போட்டிருப்பாளோ என்று தோன்றிற்று. அத்தைக்கு என்னதான் வருத்தமிருந்தாலும் விவேகமில்லாமல் நடந்துகொள்ள மாட்டாள் என்று அவள் தனக்குள் அவசரமாகச் சொல்லிக்கொண்டாள்.

நளினி நாளாவட்டத்தில் சரியாகி விடுவாள்... பெண் குழந்தைகளுக்குப் புரிந்துகொள்ளும் பக்குவம் சீக்கிரம்

ஏற்பட்டுவிடும். ஒருமுறை வைத்தீச்வரனைத் தஞ்சாவூருக்கு அழைத்துக்கொண்டு போனால், அவருடைய மிருதுவான பேச்சும், கனிவான பார்வையும் அவளுக்குச் சற்றுத் தெம்பை அளிக்கும். தந்தையின் பிரியமும் கிடைக்கும் என்கிற தெம்பு அவளை மாற்றாதா?

இந்த அத்தை அநாவசியமாய் கவலைப்படுகிறாள் என்று தோன்றிற்று. என்னுடைய ஜாதகத்தின்படி என் வாழ்வில் எப்பொழுதுமே சிக்கல்கள் ஏற்படும் என்று பயப்படுகிறாள்... பயப்பட பழகிவிட்டாள்...

உண்மையில், அவளது தீர்மானமும் மறுமணமும் விபரீதமான விளைவைத்தான் ஏற்படுத்தும் என்று ஏன் பயப்பட வேண்டும்? இருதரப்பிற்கும் நல்லதை ஏற்படுத்தக் கூடாதா? வைத்தீச்வரனுக்கும் அவளுக்குமிடையே ஏற்படும் பரஸ்பர நம்பிக்கையும், தோழமையும் ஓர் இனிய தாம்பத்தியத்தை உருவாக்காதா? அத்தகைய உறவு விக்ரமுக்கும், நளினிக்கும் எத்தனை பலத்தைக் கொடுக்கும்! எத்தனை தன்னம்பிக்கையையும் நெருக்கத்தையும் உண்டாக்கும்!

இரண்டும் இரண்டும் சேர்ந்தால் நாலு என்கிற சரளக் கணக்கை ஏன் அத்தை கடினமாக்குகிறாள்? பரீட்சையே வேண்டாம் என்கிற கட்சி அத்தையினுடையது. ஒருமுறை பரீட்சையில் தோற்றுவிட்ட பிறகு, மறுபடி எந்த தைரியத்தில் போகிறாய் என்கிற அழுமூஞ்சி கட்சி...

என்னால் அந்தக் கட்சியுடன் சேரமுடியாது.

எனக்கு இருபத்திநாலு வயது. என்னுடைய உலகம் இளமையானது, பிரும்மாண்டமானது. அதில் ஒரு மூலையில் முக்காடிட்டுக் கொண்டு என்னால் உட்கார முடியாது. அனுபவிக்காமலே கைநழுவிப் போன ஒரு வாழ்வுக்காக ஆயுசு முழுவதும் துக்கம்காப்பது என்வரையில் ஆரோக்கியமானதல்லை. நளினிக்கும் நல்லதில்லை.

நான் செய்தது எந்தவிதத்திலும் தவறில்லை.

ஒரு கௌரவமான ஆண்மகனை வேறு எந்தக் கட்டாயத்துக்குமில்லாமல் அன்பிற்காகத் திருமணம் செய்து கொண்டவள். அந்த அன்பை நான் விக்கிரமிடமும் காட்டுவது ஆச்சரியமான விஷயமில்லை. அதற்காக நீங்கள் பரிதாபப்பட வேண்டிய அவசியமில்லை.

காலங்காலமாய் படிந்துபோன மனக்கூச்சங்கள் தான் உங்கள் பயத்துக்குக் காரணம்...

அத்தைக்கு மானசீகமாகச் சொன்ன சமாதானங்கள் மனத்தில் அதிகத் தீர்மானத்தை ஏற்படுத்திற்று.

உடனடியாக நளினிக்கு ஒரு கடிதம் எழுதினாள். அவளுக்குப் புரியும்படியான பாஷையில் எழுதுவது சிரமமாக இருந்தது.

'சிலசமயம் குழந்தைகளுக்கு அவா அப்பாவோ, அம்மாவோ இல்லாம போயிடும். இதுக்கெல்லாம் நமக்குக் காரணம் தெரியாது. ஒரு வீடுன்னா இரண்டுபேரும் இருந்தாத்தான் குழந்தைகளுக்கு முழுகவனமும் கிடைக்கும். சொந்த அப்பாவோ அம்மவோ இல்லாத இடத்திலே, புதிசா ஒரு அப்பா-அம்மாவை ஏற்படுத்திக்கிறது. தப்பான காரியம் இல்லே. இந்தமாதிரி வர அப்பா-அம்மாக்கள் எல்லாம் விண்டரல்லாக் கதையிலே, ஸ்னோவைய்ட் கதையிலே வரவா மாதிரி கெட்டவா இல்லே.'

'உன்னுடைய புது அப்பா ரொம்ப நல்லவர். உனக்காக நிறைய புத்தகங்கள், பொம்மைகள் வாங்கியிருக்கார். உனக்கு அனுப்பறேன். உனக்கு ஒரு சகோதரன் இருக்கான். அவனுக்குக் கண் தெரியாது பேச்சு வராது. விக்ரம்னு பேரு. படுக்கையிலேயே படுத்திண்டிருக்கணும். ரொம்பக் கஷ்டம் பாவம். ஆனா, அவனுக்கு யார் மேலேயும் கோவம் இல்லே.'

'உன்னைப்பத்தி தினமும் நினைச்சுக்கறேன். என்னோட நீயில்லையேன்னு ரொம்ப வருத்தமாயிருக்கு. உன்னைப் பார்க்க நானும் உன் அப்பாவும் சீக்கிரமா வருவோம்.'

கடிதத்தை எழுதுவது சுலபமாக இருக்கவில்லை. எதை எழுதினால் அந்தப் பெண் தப்பாக எடுத்துக் கொள்ளுமோ என்று யோசனையாக இருந்தது.

தான் மறுமணம் செய்து கொள்ளப் போவதைப் பற்றி அவளிடம் சொன்னதும் அவள் முகம் போன போக்கு நினைவுக்கு வந்தது.

'நா டில்லிக்கு வரமாட்டேன்னு அவர் கிட்ட சொல்லு, போ!'

மனத்தில் ஏற்பட்ட ஆத்திரத்தையும் அதிர்ச்சியையும் வாய்க்குள் அடக்கப் பார்த்த மாதிரி கன்னம் உப்பி, கண்கள் அகன்று, பார்வையில் எப்படி. ஒரு தீவிரம் தெரிந்தது. டில்லிக்குத் தான் வராததற்குக் காரணம் இப்பொழுது இரட்டிப்பானாற் போல!

இவள் சமாதானமாகிப் போவாளா? கோபத்தைத் தொடர்ந்து வளர்க்காமல் இருப்பாளா?

'ஓ! அத்தையின் சந்தேகங்கள் நம்மையும் தொத்திக் கொண்டு விட்டன!' என்று அவள் அலுத்துக்கொண்டாள்.

சரியாகி விடுவாள். ஒவ்வோர் அடி வைக்கவும் தயங்கினோமானால் நடக்கவே மறந்து போகும்...

கடிதத்தைத் தபால் பெட்டியில் போட கொடுத்து விட்டுத் திரும்பி உள்ளே நுழையும் போது, பளிச்சென்று ஊர்மிளாவின் புகைப்படம் கண்ணில் பட்டது. மதர்த்த பார்வையும், அலட்சிய சிரிப்புமாக.

'ஐயா மாதிரி ஒரு புருஷன் மனசை நோகடிக்க எப்படிங்க மனசு வரும்?'

இனிமேல் வேலைக்காரியுடன் பேச்சுக் கூடாது என்று பலவந்தமாக அவள் தன்னை சமாளித்துக் கொண்டு, விக்ரம்மைப் பார்க்கச் சென்றாள்.

அவன் விழித்துக்கொண்டு குருட்டுப் பார்வையை எங்கோ பதித்திருந்தான். நழுவியிருந்த போர்வையை அவள் சரியாக போர்த்திவிட்டாள். அவன் லேசான கலவரத்துடன் முகத்தைத் திருப்பினான்.

அவள் இதமாக அவன் நெற்றியை வருடினாள். "நாதான் விக்கி!" என்றாள் மிருதுவாக.

'நான்' என்கிற வார்த்தைக்கெல்லாம் அவனுடைய அகராதியில் ஏதும் அர்த்தமில்லை என்று அவள் இத்தனை நாட்களில் புரிந்து

கொண்டிருந்தாள். ஸ்பரிசத்தின் பாவனையிலிருந்து அவன் ஆளை எடை போடுவது தெரிந்தது. தன்னைப் பெற்றவளுக்கும், பெறாதவளுக்கும் அவனுக்கு வித்தியாசம் தெரியாது.

அவள் தலையை மெல்லக் கோதி, “சாப்பாடு கொண்டு வரட்டுமா விக்கி!” என்றாள்.

அருளில்லாத அந்த முகத்தின் தசைகள் இளகிக் கோணலாய் ஒரு சிரிப்பு மலர்ந்தது. இரண்டு சூம்பிய கைகளையும் வெகுசிரமப்பட்டு ‘நமஸ்தே’ என்கிற பாணியில் சேர்க்க முயன்றான்.

‘ஸ்பாஸ்டிக்ஸ் ஹோமி’ல் இந்த வித்தையைப் பழக்கியிருந்தார்கள்.

அவள் மெல்லிய சங்கடத்துடன், “நமஸ்தே விக்கி!” என்று அவன் கையைப் பற்றினாள் “சாப்பாடு கொண்டு வரேன்.”

மறுபடியும் ஒரு சிரிப்பு, ஒரு லேசான துள்ளல், சம்மதத்துக்கு அறிகுறியாய்.

அந்த மதர்த்த அலட்சிய சிரிப்பு திடீரென்று மீண்டும் நினைவுக்கு வந்தது. சட்டென்று ஒரு பரிதாபம் மனசில் எழுந்தது. இந்தப் பதிமூன்று வயதுக் குழந்தையை தினம் தினம் பார்ப்பது அவளுக்கு எத்தனை பெரிய அதிர்ச்சியாக இருந்திருக்கும்!

‘துக்கமாவது ஒண்ணாவது! அந்தம்மாவுக்கு ஊர் சுத்தணும். நாடகத்திலே நடிக்கணும்.’

மனத்திலிருந்த துக்கத்தினாலேயே வடிகாலைத் தேடிப் போயிருக்க வேண்டும்… வடிகாலையே மருந்தாகப் பாவித்திருக்க வேண்டும், அது விஷமாகிப் போனது தெரியாமல்…

அவள் விக்ரம்மிற்கு உணவைக் கொடுத்துவிட்டு, தானும் சாப்பிட்டுவிட்டு தோட்டத்தில் இருந்த நாற்காலியில் கையில் புத்தகத்துடன் அமர்ந்தாள். வெயில் டில்லி ஜனவரிக் குளிருக்கு இதமாக இருந்தது. அவள் இங்கு காலடி வைத்த பிறகு, தோட்டக்காரன் அதிக சிரத்தை எடுத்துக்கொண்டு வேலை செய்ய ஆரம்பித்திருந்தான். இலையின் பசுமையிலும், மலர்களின்

வண்ணத்திலும் புதிய ஊட்டம் கிடைத்தாற்போல் மெருகேறியிருந்தது. வைத்தீச்வரனும், விக்ரம்மும் கூட அதிகத் தெம்புடன் தெரிந்தார்கள். நளினியும் மெள்ள மெள்ள சமாதானமாகி இங்கு வந்து சேர்ந்து விடுவாளானால், வாழ்வு பரிபூரணமாகி விடும் என்று தோன்றிற்று. குடும்பச் சூழலும், பாசமும், நெருக்கமும் வைத்தீச்வரனின் தயக்கத்தையும், குற்ற உணர்வையும் அகற்றிவிடும்...

நாம் நினைக்கிறபடி திருப்பங்கள் அமைந்துவிட்டால் எத்தனை சந்தோஷமான குடும்பமாக இது இருக்கும் என்கிற கற்பனையே ரம்யமாக இருந்தது.

புத்தகம் கையில் விரித்தபடி இருந்தது. ஒரு வரியைக் கூட மனசு கிரகித்துக் கொள்ளாமல், கற்பனைத் தேரில் உலா புறப்பட்டது. விரித்திருந்த புத்தகத்தில் நீள நிழல் விழுந்தது. அவள் திடுக்கிட்டு நிமிர்ந்தாள்.

புரொபஸர் சர்மா நின்றிருந்தார்.

அவள் லேசான ஆச்சரியத்துடன் "வாருங்கள்!" என்றாள்.

"உங்களைப் பார்த்து ரொம்ப நாட்களாகிவிட்டதே! மாலையில் வந்திருந்தால் வைத்தீச்வரனையும் பார்த்திருக்கலாமே?"

"அவனை நான் நிறைய பார்த்துக் கொண்டுதான் இருக்கிறேன். உன்னைத் தான் பார்த்து நாளாயிற்று. இந்தப் பக்கம் யு.பி.எஸ்.ஸியில் கொஞ்சம் வேலையிருந்தது. அது முடிந்ததும் உன்னைப் பார்க்கலாம் என்று வந்தேன். சொல் எப்படியிருக்கிறாய்?"

தீர்க்கமான அவரது பார்வையில் அவளுக்கு மெல்லிய கூச்சம் ஏற்பட்டது.

"நன்றாயிருக்கிறேன் மிஸ்டர் சர்மா!" என்றாள் புன்னகையுடன்.

சர்மா நிதானமாக சிசாரைப் பற்ற வைத்துக்கொண்டே அவளை மேலும் கூர்மையாகப் பார்த்தார். பிறகு, லேசாகச் சிரித்தபடி சொன்னார்:

"நன்றாகத்தான் இருக்கிறாய்! அதில் சந்தேகமில்லை. ஆனால், கண்ணில் முன்பிருந்த ஒளியே போய்விட்ட மாதிரி இருக்கிறது."

"அது உங்கள் கற்பனை மிஸ்டர் சர்மா!"

"இல்லை, இல்லை... உண்மையைத்தான் சொல்கிறேன். வைத்தீச்வரனைத் திருமணம் செய்து கொள்ளப் போகிறாய் என்று கேள்விப்பட்ட உடனேயே நீ இப்படித்தான் மாறுவாய் என்று எனக்குத் தெரியும்!"

"எப்படி?"

"சரியான மிடில் கிளாஸாக! மத்திய தர இல்லத்தரசி! கண்ணில் ஒளி எங்கே மிச்சமிருக்கும்?"

அவருடைய பேச்சு அவளுக்கு லேசான சங்கடத்தையும் எரிச்சலையும் ஏற்படுத்திற்று.

அவள் அதை மறைக்கச் சிரித்தாள். "மற்றவர்களுக்குக் கொடுத்தால்தான் ஒளிக்கு உபயோகம்! என் கண்ணில் மட்டும் வைத்துக்கொண்டு என்ன செய்யப் போகிறேன்?"

சர்மா ஆகாயத்தைப் பார்த்துப் புகையை ஊதினார்.

"இதைத்தான் மிடில்கிளாஸ் என்கிறேன்... குடும்பம், தியாகம், கடமை என்கிற வளையத்தில் புகுந்துகொண்டால் அறிவுப்பசி எங்கே இருக்கும்?"

"ஆன்மீகப்பசி என்று ஒன்று இருப்பது உங்களுக்குத் தெரியுமா மிஸ்டர் சர்மா?"

சர்மா பெரிதாக சிரித்தார்.

"நான் நினைத்தது சரிதான்! வட்டத்துக்குள் நன்றாக மாட்டிக்கொண்டு விட்டாய். இனிமேல் செக்குமாடு மாதிரி அதையே சுற்றிக் கொண்டிருப்பாய்!"

இவருடன் விவாதித்து ஏதும் லாபமில்லை என்று அவள், பேசாமல் இருந்தாள்.

"இப்படி வாழ முடியாததால்தான் ஊர்மிளா விலகிப்போனாள். நாடகத் துறையில் பெரிய புரட்சி ஏதோ செய்துவிடப்

போகிறாள் என்று நினைத்தேன். ஒன்றையும் காணோம்! ஒருமுறை பந்தமேற்பட்டுப் போனால் அதிலிருந்து விடுவித்துக் கொண்டாலும், அதன் சாயை தொடர்ந்து கொண்டிருக்கும் என்று நினைக்கிறேன். இப்பொழுது அதிக சோர்வுடன் தெரிகிறாள்!"

மெலிதாக அவளுள் ஒரு கலவரம் படர்ந்தது.

"ஏன்?"

சர்மா அலட்சியத்துடன் தோளைக் குலுக்கினார்:

"குற்றஉணர்வாயிருக்கும்! செக்குமாட்டு வாழ்க்கையில்தான் உங்களுக்கெல்லாம் திருப்தி என்று சொன்னேனே!"

❖❖❖

17 அத்தியாயம்

"உங்களுக்குக் காப்பி கொண்டு வருகிறேன்..." என்றபடி அவள் எழுந்தாள்.

"ஓ, கமான்!" என்று அவளது கையைப் பற்றி சர்மா உட்கார வைத்தார். "அந்த உபசாரமெல்லாம் அவசியமில்லை. ஏதாவது பேச வந்தால் உடனே நழுவப் பார்ப்பது உன் குணம்!"

அவள் மழுப்பலாகச் சிரித்தாள். "நழுவப் பார்க்கவில்லை. நம் இரண்டு பேர் கருத்துக்களுக்கும் நிறைய வித்தியாசம் இருக்கிறது மிஸ்டர் சர்மா! மிக இயல்பான விஷயங்களை நீங்கள் கொச்சைப்படுத்துகிறீர்கள்... கொச்சையான சமாச்சாரத்தை நியாயப்படுத்துகிறீர்கள்; அதுவும் பிடிவாதமாக!"

"எதைக் கொச்சைப்படுத்துகிறேன்?"

"குடும்பத் தலைவியை செக்குமாடு என்கிறீர்கள்... மாடு சும்மாவா சுற்றுகிறது? காரியத்துக்காகத்தானே? அது ஒரு கர்மயோகி, மிஸ்டர் சர்மா!"

"ஆமாம்! கடைசியில் எதற்காகச் சுற்றுகிறோம் என்பதே மறந்துபோய், ஆயுசு முழுவதும் யாருக்காகவோ நடந்து ஒரு ஐடென்ட்டியே இல்லாமல்..."

அவள் சற்றுநேரம் பேசாமல் இருந்தாள். சட்டென்று வார்த்தைகள் அவளை அறியாமல் வெளிவந்தன:

"ஐடென்ட்டிட்டியைத் தேடிப்போன ஊர்மிளாவைப் பற்றி நீங்களே இப்பொழுது சொன்னீர்கள்!"

“அதைத்தான் சொல்கிறேன்... உங்கள் சிந்தனையெல்லாம் மரபுவழிச் சிந்தனை! சற்று விலகிப்போனாலும் மறுபடி பயந்துகொண்டு மரபுக்கே திரும்பி வருவீர்கள் அது பாதுகாப்பானது என்று!”

இவர் மனத்தில் என்ன இருக்கிறது என்று அவளுக்கு நிச்சயமாகப் புரியவில்லை.

“உன்னையும், ஊர்மிளாவையும் பார்க்கும்போது எனக்கு நிஜமாகவே பரிதாபமாக இருக்கிறது, வாழ்க்கையை அனாவசியமாக காம்ப்ளிக்கேட் செய்து கொள்கிறீர்கள் என்று. உங்களைச் சுற்றிச் சுவர்கள் எழுப்பிக் கொள்கிறீர்கள். நினைத்தால் வெளியில் போகமுடியாது நினைத்தால் மீண்டும் உள்ளே வரமுடியாது!”

அவள் திடுக்கிட்டு அவரை நிமிர்ந்து பார்த்தாள்.

ஊர்மிளாவுடன் இவருக்கு நெருங்கிய தொடர்பிருக்க வேண்டும் என்று தோன்றிற்று.

அவளுக்காக வக்காலத்துப் பேச இத்தனை சாவகாசமாக வந்திருக்கிறாரா என்று ஆத்திரம் ஏற்பட்டது.

“நான் என்னுடைய வாழ்க்கையை ஏதும் குழப்பிக் கொள்ளவில்லை, மிஸ்டர் சர்மா... என்வரையில் நான் திடமாகத்தான் இருக்கிறேன். அடிக்கடி என் தீர்மானங்களை மாற்றிக்கொள்ளும் வழக்கம் எனக்கு இல்லை. என்னைச் சுற்றி எந்தச் சுவரும் இருப்பதாக நீங்கள் நினைத்தால், அது உங்கள் பிரமை!”

சர்மா தோளைக் குலுக்கிச் சிரித்தார்.

“சுவர் இல்லையென்றால் எனக்குச் சந்தோஷம்தான். விக்ரம் எப்படியிருக்கிறான்?”

“ஆரோக்கியமாயிருக்கிறான்...”

“குட்!” என்றபடி சர்மா எழுந்தார்.

“வைத்தியின் ஒரு கவலை குறைந்தது. ஆனால், இன்னமும் எனக்கு அவன் மேல் கொஞ்சம் வருத்தம்தான். உன்னை வளைப்பதற்குப் பதில்...”

அவள் தன்னைக் கட்டுப்படுத்திக் கொள்ள இயலாத ஆத்திரத்துடன் குறுக்கிட்டாள்:

"அவர் ஒன்றும் என்னை வளைக்கவில்லை மிஸ்டர் சர்மா! யாராவது வளைக்கப் பார்த்தால் வளையக்கூடியவள் நான் என்று நினைத்தீர்களா?"

சர்மா மறுபடியும் தோளைக் குலுக்கிச் சிரித்தார்.

"ஐ டோண்ட் நோ! ஒரே பாஷை பேசுபவர்கள் நீங்கள்... கல்யாணம் என்கிற கௌரவப்பட்டம் வேறு... உன்னை வளைத்திருக்க முடியாதா?"

அவருடைய விதண்டாவாதத்தைச் கண்டு அவளுக்குச் சிரிப்பு வந்தது.

"வைத்தீச்வரனை நான் வளைத்திருக்கக்கூடாதா?"

அவர் திகைப்புடன் அவளைப் பார்த்தார்.

"நான் நம்பமாட்டேன்! விக்ரம்மைப் போல் ஒரு பிள்ளையும் இருக்கிற ஒருத்தனையா? யூ மஸ்ட் பீ கிரேஸி!"

அவள் மீண்டும் சிரித்தாள். எழுந்துகொண்டே சொன்னாள்:

"என்னை மன்னியுங்கள் மிஸ்டர் சர்மா! எனக்கு உள்ளே வேலையிருக்கிறது. நீங்கள் வந்ததற்கு ரொம்ப நன்றி!"

அவருடைய பதிலுக்குக் காத்திராமல் கிடுகிடுவென்று உள்ளே சென்றாள்.

இந்த மனிதர் நண்பரா, வில்லனா என்று குழப்பம் ஏற்பட்டது இவரும் இவரது அறிவார்ந்த வாதங்களும்... ஊர்மிளாவை அவர் அடிக்கடி சந்திப்பவராக இருக்க வேண்டும் என்று தோன்றிற்று அவளிடமும் ஏடகூடமாகப் பேசி அவளைக் கலங்கடிக்கிறாரோ என்று சம்சயம் ஏற்பட்டது.

'அதிக சோர்வாக இருக்கிறாள் இப்போது!'

அடிவயிற்றில் ஒரு சங்கடம் ஏற்பட்டது. உண்மையாக இருக்குமா அது...? அவர் சொன்ன காரணம் பொருத்தமாக இருக்கும்!

'குற்ற உணர்வாக இருக்குமா?'

'அவளுக்கா? அந்த மதர்த்த அலட்சியச் சிரிப்பு சிரிக்கும் அவளுக்குக் குற்ற உணர்விருக்குமா?'

'உங்களைச் சுற்றிச் சுவர்கள் எழுப்பிக் கொள்கிறீர்கள்... நினைத்தால் வெளியில் போகமுடியாது. நினைத்தால் மீண்டும் உள்ளே வரமுடியாது!'

'ஒரு மெல்லிய சஞ்சலம் மனத்தை அரித்தது. அது உண்மையாக இருக்குமா...?'

'விவாகரத்து செய்து கொண்டதற்காக வருந்துகிறாளா?'

'விவாகரத்திற்குமுன் இரண்டு வருஷங்கள் அவளும் வைத்தீச்வரனும் பிரிந்திருந்ததாக அவள் கேள்விப்பட்டிருந்தாள். அப்பொழுது ஏற்படாத குற்ற உணர்வும், திரும்ப வேண்டும் என்ற எண்ணமும் இப்பொழுது ஏற்பட்டிருக்குமா?'

எந்த வேலையிலும் புத்தி செல்லாமல் மனசு அலை பாய்ந்தது.

இரண்டும் இரண்டும் நான்கு என்ற கணக்கில்லை இது என்கிற பிரக்ஞை மெல்லிய அதிர்ச்சியை ஏற்படுத்திற்று.

பிரியம் ஒன்றினால் மட்டும் எதை வேண்டுமானாலும் சாதித்து விடலாம் என்று மெதப்புடன் ஆகாசத்தில் மிதந்தது எத்தனைப் பெரிய பைத்தியக்காரத்தனம்! இந்தப் பிணைப்பில் அதிக ஆர்வமில்லாத வைத்தீச்வரனை, இந்தப் பைத்தியக்காரத்தனம் ஏற்படுத்திய துணிச்சலினால்தானே மாற்றத் துணிந்தோம்...?

'நா இப்ப எதையும் யார்கிட்டேந்தும் எதிர்பார்க்கல்லே மாலதி... நீ விக்கிக்கிட்டப் பிரியம் காட்டினா அதுவே எனக்கு ரொம்ப பெரிய விஷயம்!'

விக்கிரம்முக்குக் கிடைக்கக்கூடிய அரவணைப்புக்காகத் தான் அவர் திருமணத்திற்குச் சம்மதித்திருக்கிறார் அவள் அவருடைய மனைவி என்பது ஒரு எதேச்சையான விஷயம்!

இந்த எதேச்சையான விஷயத்தைப் பிரத்தியேகமானதாக ஆக்குவது சாத்தியமா?

பிரியம்-நேசம் என்னும் வார்த்தைகளுக்கு ஏதேனும் அர்த்தம் இருக்குமானால், சாத்தியம்.

சர்மாவின் கணிப்பின்படி இவையெல்லாம் நடுத்தர வர்க்கத்துப் பிரமைகள்...

அவள் குழம்பிய நிலையிலேயே விக்கியின் அறைக்குச் சென்றாள். விக்கி விழித்துக் கொண்டிருந்தான். அவனுடைய நெற்றியை அவள் மிருதுவாகத் தடவினாள்.

அவனது முகத்தசைகள் புன்னகையில் தளர்ந்தன. சட்டென்று மனத்தில் புகை மூட்டமாய் மண்டியிருந்த குழப்பம் விலகினாற்போல் தோன்றிற்று.

'நான் எதைப்பற்றிய சிந்தனையிலும் மனத்தைத் தளர விடக்கூடாது' என்று அவள் தனக்குள் சொல்லிக் கொண்டாள். எனக்கு நியாயம் என்று படுவதை நான் செய்து கொண்டிருப்பேன். அதன் விளைவுகள் நான் எதிர்பார்த்த மாதிரி ஏற்படாவிட்டால் அதற்கு நான் பொறுப்பில்லை.

வேலைக்கார பஹதூரின் உதவியுடன் விக்கியை பாத்ரூமுக்குக் கொண்டு விட்டு, கனமான ஸ்வெட்டர்களை அணிவித்து, சக்கரநாற்காலியில் சாய்ந்தவாக்கில் உட்கார வைத்து தோட்டத்தில் இருந்த வெயிலுக்கு அழைத்துச் சென்றாள்.

பளீரென்று அடித்த வெயில் முகத்தில்பட்டதும், விக்கியின் முகம் மலர்ந்து கைகள் உற்சாகத்தில் தட்ட முயல்வதைக் கண்டு அவளுக்கு நெகிழ்ச்சி ஏற்பட்டது.

'நல்ல வேளை, சர்மாவின் அறிவார்ந்த வியாக்கியானங்கள் எல்லாம் இவனது புத்திக்கு அப்பாற்பட்டவை என்று நினைக்கையில் சிரிப்பு வந்தது.

"என்ன, நீயே சிரிச்சிண்டிருக்கே?"

சட்டென்று ஒரு சந்தோஷம் பூக்க அவள் நிமிர்ந்து பார்த்தாள்.

வைத்தீச்வரன் புன்னகையுடன் நின்றிருந்தார். அவளையும் விக்ரம்மையும் மாறி மாறி பார்த்தபடி.

அவரைக் கண்டதும் மனசில் பொங்கும் ஆர்ப்பரிப்புக்கு என்ன அர்த்தம் என்று சர்மாவைக் கேட்க வேண்டும் என்று நினைக்கையில் மறுபடியும் சிரிப்பு வந்தது.

"ஆபீஸ் கார் எங்கே?" என்றாள் வியப்புடன்.

"ரிப்பேருக்கு காரேஜுக்குப் போயிருக்கு. வெயில் இதமா இருந்ததாலே நடந்தே வந்துட்டேன். என்ன பண்ணிண்டிருக்கே?"

அவள் சிரித்தாள்.

"சர்மாவோட பாஷையிலே ஒரு மிடில்கிளாஸ் ஹௌஸ்ஒய்ஃப் என்ன செய்வாளோ, அதையெல்லாம் செய்துண்டிருந்தேன்."

"சர்மா இங்கே வந்திருந்தானா?"

"ஆமாம். அவர் உங்களுக்கு சினேகிதரா. விரோதியான்னு முதல்லே சொல்லுங்கோ."

"அவன் ஒரு கிறுக்கன! விரோதமெல்லாம் இல்லே. நல்லது பண்றோம்னு ஏதாவது உளறுவான்!"

"ரொம்ப!"

"என்ன சொன்னான்?"

"கல்யாணம் என்கிற விஷயமே அந்த ஆளுக்குப் பிடிக்காதோ?"

"வெரைட்டி தேடற ஆளுக்குக் கட்டுப்பாடு எப்படிப் பிடிக்கும்."

"நான் செக்குமாடாப் போயிட்டேன்னார். ஐடென்ட்டிட்டியை இழந்துட்டேன்னார்."

வைத்தீச்வரன் யோசனையுடன் புன்னகைத்தார். "அவன் சொல்றது வாஸ்தவமில்லையா. மாலதி?"

"இல்லே!" என்றாள் அவள் தீவிரமாகத் தலையசைத்து.

"இப்பதான் நா 'நானா' இருக்கேன்னு தோணறது..."

"எனக்குத் தெரியல்லே மாலதி..." என்றார் வைத்தீச்வரன் அவள் தோளைப்பற்றி.

“நீ நீயா இருக்கியோ, இல்லே செக்குமாடாப் போயிட்டியோ... நா ரிலாக்ஸ்டா இப்ப இருக்கேன். டென்ஷன் இல்லாம இருக்கேன். இந்தக் கல்யாணத்துனாலே எனக்கும் விக்கிக்கும் மட்டும்தான் லாபம்னு தோணறது!”

“லாப லஷ்டம்னு சொல்லி இதை ஒரு பிஸினஸ் விஷயமாக்கிடாதீங்கோ!” என்று அவள் சிரித்தாள்.

“நானாத்தான் இந்த ஐடியாவைச் சொன்னேன். எனக்கு இஷ்டமில்லாத காரியத்தை நா செய்வேன்னு நீங்க நினைக்கிறேளா?”

அவர் உடனே பதில் சொல்லாமல் விக்ரம் அருகில் சென்று அவன் கையைப் பாசத்துடன் பற்றினார். அவன் முகம் மலர்ந்ததைப் பார்த்துச் சிரித்தார்.

“நீ சந்தோஷமா இருக்கேன்னா எனக்கும் சந்தோஷம்தான்” என்றார்.

“ஓ... மறந்து போனேன் உங்கிட்ட சொல்ல. இன்னிக்குக் கமானி ஆடிட்டோரியம்லே ஒரு நல்ல புரோக்கிராம் இருக்கு. போகலாமா?”

“விக்கிக்கு ராத்திரி சாப்பாடு போடணுமே!”

“இன்னிக்கு பஹதூர்கிட்ட சொல்லிட்டுப் போகலாம். நல்ல புரோக்கிராம் இது. ஷேக்ஸ்பியருடைய ‘மாக்பெத்’தை ஒரு பிரிட்டிஷ் நாடகக் குழு வந்து போடறது.”

“சரி” என்றாள் அவள் மகிழ்ச்சியுடன். விக்கிக்குக் கொடுக்க வேண்டிய ஆகாரத்தைப் பற்றி பஹதூரிடம் சொல்லிவிட்டு, மிக சிரத்தையுடன் தன்னை அலங்கரித்துக்கொண்டாள்.

கிளப்புகிற சமயத்தில் கண்கள் விரிய வைத்தீச்வரன்,

“யூ லுக் ப்யூட்டிஃபுல்!” என்ற போது, ஏழாவது சொர்க்கத்தில் இருந்தாள்.

அரங்கத்தின் நிர்வாகிகள் அவர்களை மிகுந்த மரியாதையுடன் வரவேற்று முன் வரிசையில் உட்கார வைத்தார்கள்.

நாடகம் ஆரம்பிக்க இன்னும் ஐந்து நிமிஷங்கள் இருந்தன.

திடீரென்று மிக அழகிய பெண் ஒருத்தி அவர்களை நோக்கி வந்தாள்.

"ஹலோ வைத்தி!" என்று மோகனமாகச் சிரித்தாள்.

"உங்களுடைய அழகிய மனைவிக்கு என்னை அறிமுகம் செய்து வைக்கமாட்டீர்களா?" என்றாள் ஆங்கிலத்தில்.

வைத்தீச்வரனின் முகம் லேசாகச் சிவந்தது.

"மாலதி, திஸ் இஸ் ஊர்மிளா!" என்றார்.

❖ ❖ ❖

அத்தியாயம் 18

வைத்தீச்வரனின் குரலில் ஒரு தடுமாற்றம் ஏற்படுவதை மாலதி கவனித்தாள்.

எதிர்பாராமல் எதிரில் வந்து நிற்பவள் யார் என்று புரிந்ததும், தனக்கே ஏற்பட்ட தடுமாற்றத்தைச் சமாளித்துக்கொண்டு அவள் மெல்லிய புன்னகையுடன் கைகூப்பி.

“நமஸ்தே!” என்றாள்.

ஊர்மிளாவின் கண்களில் ஒரு பரிகாசம் தெரிந்தது. பிறக்கும் போதே இந்தப் பார்வையுடன் இவள் பிறந்திருக்க வேண்டும் என்று தோன்றிற்று.

ஊர்மிளா எந்தவிதத் தடுமாற்றமோ கூச்சமோ காண்பிக்காமல் அவள் கையைப் பற்றி,

“ஹலோ!” என்று சிரித்தாள்.

“உங்களைச் சந்திக்க மிக ஆவலாயிருந்தேன். நிறைய கேள்விப்பட்டிருந்தேன் உங்களைப் பற்றி. எப்படியிருக்கிறது புதிய வாழ்க்கை?”

மனக்கூச்சமே இல்லாமல் வந்த கேள்வி மாலதிக்குள் ஒரு திகைப்பை ஏற்படுத்திற்று.

இதற்கு எப்படி பதில் சொல்வது! என்ன பதிலை இவள் எதிர்பார்க்கிறாள்...?

அவள் தன்னைச் சமாளித்துக்கொண்டு புன்னகைத்தாள்.

"நான் அது எப்படியிருக்கும் என்று எதிர்பார்த்தேனோ அப்படி இருக்கிறது!"

ஊர்மிளா அவளைக் கூர்ந்து பார்த்துச் சிரித்தாள்.

"சாமர்த்தியமாகப் பதில் சொல்கிறீர்கள்! எப்படியிருக்கும் என்று எதிர்பார்த்தீர்கள்?"

வைத்தியின் முகத்தில் எரிச்சல் நிழலாடிற்று.

"ஊர்மிளா, இது என்ன கேள்வி, குழந்தைதனமாய்?"

பளிரென்று அவரை நோக்கித் திரும்பிய ஊர்மிளாவின் பார்வையில் மின்னல் வெட்டைப்போல் கோபம் ஒரு வினாடி பளிச்சிட்டது. மறுவினாடி பழைய பரிகாசம் வந்தமர்ந்தது.

"முதிர்ச்சியான பதில்களை அறிய ஆவலாயிருக்கிறேன் வைத்தீ!"

வைத்தீச்வரன் மிகச் சிரமப்பட்டுக் கோபத்தை அடக்கிக் கொள்வது மாலதிக்குப் புரிந்தது.

பொது இடம் என்றுகூடப் பார்க்காமல் ஊர்மிளா ரசாபாசத்தில் இறங்கி விடுவாளோ என்று பயமாக இருந்தது.

வாஸ்தவத்தில் இவளுக்குப் பதிலை அறியும் ஆவல் ஏதும் இல்லை. அவளை எடைபோடவும், வைத்தீச்வரனைப் புண்படுத்தவுமே வந்திருக்கிறாள் என்கிற பிரக்ஞை அவளுள் ஒரு மெல்லிய சீற்றத்தைக் கிளப்பியது.

ஊர்மிளா அவளைப் புன்னகையுடன் பார்த்தாள்.

"நீங்கள் இன்னும் என் கேள்விக்குப் பதில் சொல்லவில்லை...!"

மாலதி மிகச் சிரமத்துடன் தன் எரிச்சலைக் கட்டுப்படுத்திக் கொண்டாள்.

"அந்தரங்கமான விஷயங்களைப் பொது இடத்தில் விவாதிப்பது என் வழக்கமில்லை மிஸ் ஊர்மிளா!"

மிக லேசாக ஊர்மிளாவின் அழகிய புருவங்கள் உயர்ந்தன. மீண்டும் ஓர் எகத்தாளம் அதரங்களில் சிரிப்பாய் விரிய,

"நான் நினைத்ததைவிட நீங்கள் ஸ்மார்டாக இருக்கிறீர்கள். குட்!" என்றாள்.

வைத்தீச்வரனின் பக்கம் திரும்பி, "உன் ரசனையைப் மெச்சுகிறேன் வைத்தீ!" என்றாள்.

அவள் மேற்கொண்டு ஏதோ சொல்ல வாயைத் திறக்கையில், நாடகம் ஆரம்பிப்பதற்காக மணியடிக்கப்பட்டு விளக்குகள் அணைந்தன.

வைத்தீச்வரனை தீர்க்கமாகப் பார்த்தபடி அரை நிமிஷ நேரம் தயங்கி நின்ற ஊர்மிளாவின் முகபாவம் விசித்திரமாக இருந்தது. துக்கமா, வெறுப்பா, ஆங்காரமா என்று புரியாத ஒரு கலவையாக இருந்தது. மாலதிக்கு அடிவயிற்றில் ஒரு ஜில்லிப்பை ஏற்படுத்திற்று.

சரேலென்று ஊர்மிளா திரும்பியே பாராமல் நகர்ந்துப் பின்வரிசைக்குச் சென்றாள். அவள் வந்ததும், சென்றதும் ஏற்படுத்திய திகைப்பில் நின்ற மாலதியை வைத்தீச்வரனின் ஸ்பரிசம் சுயஉணர்வுக்கு இழுத்தது.

"உட்கார் மாலதி!"

அவள் மௌனமாக அமர்ந்தாள். திரை விலகி நாடகம் ஆரம்பமாயிற்று.

கானகத்தில் சூன்யக்காரிகள் மாக்பெத்தின் வரவுக்காகப் பலத்த ஆயத்தங்களில் இருக்கிறார்கள்.

காட்சி அற்புதமாக நிர்மாணிக்கப்பட்டிருந்தது.

வைத்தீச்வரனின் மனம் அதில் இல்லை என்று புரிந்தது. மெல்லிய இருளில் அவருடைய முகத்தின் தசைகள் இறுகியிருப்பது தெரிந்தது.

விடாமல் தொடரும் சனியைப் போல், சட்ட பூர்வமாக உறவு துண்டிக்கப்பட்டும் அந்த ஊர்மிளாவுக்கு எத்தனை திமிர்

இருந்தால் இப்படி வேண்டுமென்றே இவரை தொந்திரவு செய்ய வருவாள் என்று ஆத்திரம் வந்தது.

எப்படிப்பட்ட முகபாவம் தெரிந்தது! எதற்கு அந்தக் கோபமும் ஆங்காரமும்? இவரோடு வாழ முடியாது என்று இரண்டு வருஷம் விலகித்தானே விவாகரத்து கோரியிருக்கிறாள்?

வைத்தீச்வரனின் கை அவளது கையை இதமாக வருடிற்று. அவள் சட்டென்று சுயநினைவுக்கு வந்து நெகிழ்ச்சியுடன் அவரைத் திரும்பிப் பார்த்தாள்.

வைத்தீச்வரன் மெல்லிய குரலில் சொன்னார்:

“ரொம்ப நல்ல டைரக்ஷன் மாலதி! நாடகத்தைக் கவனி!”

“கவனிக்கிறேனே...” என்று அவள் சிரித்தாள்.

அவரை நினைத்துப் பரிதாபமேற்பட்டது.

இத்தனைத் துல்லியமான உணர்வுகள் கொண்டவரைப் புண்படுத்த ஊர்மிளாவால் எப்படி முடிந்தது...?

‘உங்களுக்குத் துணை நான்’ என்று உணர்த்துபவள் போல் அவள் அவருடைய கையை அழுத்தி விரல்களால் கோர்த்துக்கொண்டாள்.

இடைவேளையின்போது யார்யாரோ வந்து வைத்தீச்வரனுடன் பேசினார்கள். எல்லாரிடமும் பெருமையுடன் அவளை அறிமுகம் செய்தவர், ஊர்மிளாவை முழுவதும் மறந்துவிட்டவர் போல கலகலப்பாக மாறியது அவளுக்குச் சற்று சமாதானமாக இருந்தது.

இடைவேளைக்குப் பிறகு இருவருமே நாடகத்தில் ஒன்றிப் போனார்கள். அதன் விளைவாய் அரங்கத்தை விட்டுக் கிளம்பியபோது ஒரு மெல்லிய சோகம் மனத்தை அழுத்திற்று.

“கூட்டமெல்லாம் போகட்டும். நாம் நிதானமாய் போகலாம்” என்று வைத்தீச்வரன் சொன்னதும்தான், அவளுக்கு ஊர்மிளாவின் ஞாபகமும்; அவளுடைய ஞாபகம் வரும்போதெல்லாம் ஏற்படும் எரிச்சலும் ஏற்பட்டன.

திடீரென்று அத்தையின் வார்த்தைகள் நினைவுக்கு வந்தன.

'முதல் பெண்டாட்டி உசிரோட உள்ளூர்லே இருக்காங்கறே?'

அத்தைக்கு எத்தனை சூட்சமமான அறிவு என்று வியப்பேற்பட்டது.

அத்தை பயந்த மாதிரி இந்த விஷயம் பிரச்சினையாகிப் போகுமோ...?

ஊர்மிளாவின் முகத்தில் பளிச்சிட்ட அசூயையும் ஆங்காரமும் மனத்தில் நிழலாடி சங்கடப்படுத்தியது.

வைத்தீச்வரனின் கை அவளது இடையைப் பற்றியது.

"வா,போகலாம்!" என்று மிருதுவாக அவர் சொன்னதும், அவள் தன்னை அவசரமாகச் சமாதானப்படுத்திக்கொண்டாள்.

'இவருடைய ஆதரவு பிரியமும் இருக்கும் வரை நான் கலங்க வேண்டியதில்லை. அதைச் சாசுவதமாக்கிக்கொள்வேன் என் பிரியத்தைக் காட்டி, ஆக்கப்பூர்வமான நோக்கத்துக்கு அழிவார்த்தமான விளைவு நிச்சயம் இருக்காது. இருக்கக் கூடாது! இருந்தால் என் நோக்கத்தில் ஏதோ பலவீனம் இருக்கிறது என்று அர்த்தம்...'

தன்னுள் ஆழ்ந்துபோன மௌனத்துடன் வைத்தீச்வரன் வண்டியைச் செலுத்திக் கொண்டிருந்தார். அவருடைய எண்ண ஓட்டத்தில் புகுந்து குறுக்கிடத் தனக்கு உரிமையில்லை என்று அவளுள் காரணம் புரியாத கூச்சம் ஏற்பட்டது.

"என்ன யோசனை மாலதி...?" அவளுக்குச் சிரிப்பு வந்தது.

"லேடி மாக்பெத்தா நடிச்சவ எவ்வளவு நன்னா நடிச்சான்னு நினைச்சுண்டேன்..."

'நிஜமாகவா' என்பது போல் அவளைப் பார்த்து வைத்தீச்வரன் மென்மையாகச் சிரித்தார்.

"எங்கிட்டே நீ ஊர்மிளாவைப் பத்தி பேசினா நா தப்பா நினைச்சுக்க மாட்டேன் மாலதி!"

அவளுடைய கன்னங்களில் உஷ்ணமேறிற்று. ஜன்னலுக்கு வெளியில் அவள் பார்வையைத் திருப்பினாள் சங்கோஜத்துடன்.

"என்ன சொல்றதுன்னு எனக்குத் தெரியல்லே..." என்றாள் மெல்ல.

"நேருக்கு நேர் வந்து அப்படி ஒரு கேள்வி கேட்பாள் என்று நான் நினைக்கவில்லை" என்றாள் ஆங்கிலத்தில்.

"உனக்கு அது எத்தனை சங்கடமாக இருந்திருக்கும்னு எனக்குத் தெரியும். அது அவளுடைய சுபாவம். எந்த சக்தியும் அவளை மாத்த முடியாது. நா மாத்த நினைச்சுத் தோத்துப் போனேன்."

அவள் சில வினாடிகள் மௌனமாக இருந்தாள். பிறகு தயங்கிக் கொண்டே சொன்னாள்:

"ஊர்மிளாவுக்கு உங்கமேலே நிறைய கோபம் இருக்கிற மாதிரி எனக்குத் தோணறது..."

"அதிலென்ன சந்தேகம்...? அதனாலே தானே பிரிஞ்சு போனாள்? என்னைப் பொறுத்தவரைப் பிரியறதுக்கு."

அவர் சட்டென்று வாக்கியத்தை முடிக்காமல் நிறுத்தினார்.

அவர் என்ன சொல்ல நினைத்தார் என்று அவளுக்குப் புரிந்தது. அடிமனத்தில் ஓர் ஏமாற்றம் ஏற்பட்டது.

அதன் விளைவாய் மெல்லிழையாய் சீற்றம் வெளிப்பட்டது.

"பிரிஞ்சு போனப்புறம் இப்ப என் எதிரே அந்தக் கோபத்தை ஏன் காட்டணும்?"

"அதான் சொன்னேனே, அது அவள் சுபாவம் செல்லம் கொடுத்துக் கெட்டுப்போன குழந்தையுடைய சுபாவம். ஒரு வேடிக்கை தெரியுமோ...? ஆரம்பகாலத்திலே இந்த அவளுடைய சுபாவம்தான் ரொம்பக் கவர்ச்சியா இருந்தது."

நினைவுப்பாதையில் தன்னை மறந்து சென்றுவிட்டவரைப் போல் அவர் முகத்தில் ஒரு மென்மையான மலர்ச்சி தெரிந்தது.

அதைப் பார்க்கத் தெம்பில்லாமல் அவள் தலையைக் குனிந்து கொண்டாள். கன்னத்தில் ஏன் சூடேறுகிறது மார்பு ஏன் படபடக்கிறது என்று புரியாத குழப்பத்துடன்.

அவர் தொடர்ந்தார். தனக்குத் தானே பேசிக்கொள்பவர் போல்,

"யதார்த்தமான வாழ்க்கையிலே ஏற்பட்ட அதிர்ச்சிகளைத் தாங்க முடியாம போனபோதுதான் அது கவர்ச்சி இல்லே, ஒரு மென்டல் அபரேஷன்னு புரிஞ்சுது. கிட்டத்தட்ட லேடி மாக்பெத் மாதிரி! நா, என் சக்திக்கு உட்பட்ட வழியெல்லாம் முயற்சி பண்ணிப் பார்த்தேன். அவளுக்கு ஒரு முதிர்ச்சி ஏற்படாதான்னு... என் எண்ணத்தை அவ புரிஞ்சுக்கலே! அடிப்படையான விஷயங்கள்லே காம்பரமைஸ் செய்ய நா தயாராயிருக்கலே. அதனாலே அவளுக்குக் கோபம். ஒரு பிடிவாதக் குழந்தைக்கு எதனாலே அதோட விருப்பம் நிறைவேறலங்கற காரணம் புரியாது... நிறைவேறலங்கற விஷயம் தான் புரியும்!"

அவள் இடையில் எதுவும் சொல்லாமல் அவர் பேச்சைக் கேட்கும் ஆவலில் அமர்ந்திருந்தாள்.

"விக்கி இந்தமாதிரி பிறந்தது அவளுக்கு அதிர்ச்சின்னாலும், அதையே தனக்குச் சாதகமாக்கிக்கப் பார்த்தாள். அதைத்தான் நான் ஆட்சேபித்தேன். அவளுக்கு நாடகப்பித்து உண்டு. ரொம்பப் பெரிய நடிகையாகணும்னு ஆசை. தன் நடிப்பைத் தொடரணுங்கற வேகத்துலே குழந்தையை வீட்டிலே வெச்சுக்கமாட்டேன், இந்த மாதிரி ஜென்மம் எங்கே வளர்ந்தா என்ன, ஹோம்லே விடலாம்னு பிடிவாதம் பிடிக்க ஆரம்பிச்சா..."

சற்றுநேரம் மௌனம் நிலவிற்று. அதீதமான ஒரு சோகபாவம் அவர் முகத்தில் நிழலாடிற்று.

அவள் பக்கத்தில் அமர்ந்திருப்பது திடீரென ஞாபகம் வந்தாற்போல அவர் அவள் பக்கம் திரும்பிச் சிரித்தார்.

"அந்தப் பிடிவாதம் எங்கே போய் முடிஞ்சுதுன்னு உனக்குத் தெரியுமே!"

அவள் அதற்குப் பதில் சொல்லத் தெரியாமல் மறுபடியும் ஒரு பச்சாதாபம் மனத்தைக் கவ்வ வெளியில் பார்வையைத் திருப்பினாள்.

"இதனாலே அதிகமாக கஷ்டப்பட்டது நீங்கதான்னு எனக்குத் தோணறது..."

"ஐ டோண்ட் நோ!" என்றார் அவர் மிருதுவாக.

"ரொம்பப் பெரிய ஏமாத்தம் ஏற்பட்டது வாஸ்தவம் தான். ஆனா நிதானமிழக்காமல் சமாளிச்சுண்டேன். நீயும் துணை கிடைச்சுட்டே..."

அவர் அவள் பக்கம் திரும்பிப் பேசினார்:

"உண்மையிலேயே மாலதி, ஊர்மிளா மேலே எனக்கு கோபமில்லே. ஒரு அனுதாபம் ஏற்படறது. லேடி மாக்பெத் மேல ஏற்படற மாதிரி! தங்க மனசைத் தாங்களே சிறைப்படுத்திண்டு உக்காந்துக்கற இந்த ஜென்மங்களுக்கு விமோசனம் எப்படி வரும்னு துக்கமா இருக்கு!"

அவள் பதில் பேசவில்லை.

'சுயநலவாதிகளான இவர்கள் மேல் எனக்கு அனுதாபமில்லை' என்று அவள் தனக்குள் சொல்லிக்கொண்டாள். சிந்திக்கத் தெரிந்தவர்களின் மூளை வக்கிரமாகி நின்றால் அதற்குத் துக்கப்படுவானேன் என்று கோபமேற்பட்டது.

உத்தமமான இவருடைய மனசை இன்னமும் ஊர்மிளா மறைமுகமாக ஆக்ரமித்திருப்பது சவாலாக நின்றது.

❖❖❖

19 அத்தியாயம்

பக்கத்து வீட்டு டைம்பீஸ் அலாரம் இசைத்தது.

ஓ, நளினியைப் பள்ளிக்கூடம் அனுப்பத் தயார் செய்ய வேண்டும் என்கிற உள்ளுணர்வு மயக்கத்துடன் மாலதி விருட்டென்று எழுந்தாள்.

ஜன்னலுக்கு வெளியே வானம் இன்னும் இருள் பிரியாத கருமையில் இருந்தது. தூக்கக் கலக்கத்துடனேயே கட்டிலை விட்டு இறங்க யத்தனிக்கையில் ஆழ்ந்த நித்திரையில் இருந்த வைத்தீச்வரனின் உருவம் கண்ணில்பட்டது.

சட்டென்று புலன்கள் முழுவதும் விழித்துக்கொண்டன. மெல்லிய சோர்வு மனத்தை அழுத்த, இத்தனை சீக்கிரம் எழுந்திருக்க வேண்டிய அவசியமில்லை என்று நினைத்தும், படுக்கையில் இருப்பு கொள்ளலாமல் எழுந்தாள்.

நளினி தன்னுடனேயே இருப்பது போல் இன்னமும் பிரமையிருப்பதை நினைத்து வேடிக்கையாக இருந்தது. லேசாகக் கண்களில் நீர் திரையிட்டது. நளினியின் நினைவு வரும்போதெல்லாம் மனத்தை ஒரு குற்ற உணர்வு ஆகிரமித்தது. இனம்புரியாத ஒரு நமைச்சலும் சங்கடமும் கொஞ்ச நாட்களாக நிரந்தரச் சுமையாக அழுத்திற்று.

யாருடைய மனப்போக்கை கணிக்கவும் காத்து நிற்காமல் அசுர வேகத்துடன் நாட்கள் நகர்வதையும், அந்த வேகத்தின்

நடுவில் நளினி மட்டும் மாறாமல் ஒரேவிதமாகப் பிடிவாதத்துடன் நிற்பதையும் அவள் ஒரு கையாலாகாத்தனத் திகைப்புடன் உணர்ந்தாள்.

பல் துலக்கிக் காப்பி அருந்திவிட்டு, தன்னுள் மூழ்கிய யோசனையுடன் அவள் வாசல் வராந்தாவிற்குச் சென்று நின்றாள். இருள் இன்னும் முழுவதும் விலகவில்லை. பிப்ரவரி இறுதி வந்து விட்ட பின்னும் ஜனவரி மாதம்போல் நடுக்கிய குளிரில் அதை அலட்சியம் செய்யாத உற்சாகத்துடன், பள்ளிச் சிறுவர்களும், சிறுமிகளும் தத்தம் பஸ்களைப் பிடிக்க பஸ் நிலையத்தை நோக்கி விரைந்து கொண்டிருந்தார்கள்.

'ஜீஸஸ் அண்ட் மேரி' சீருடையில் இருந்த மூன்று சிறுமிகள் கலீரென்று எந்த ஹாஸ்யத்தையோ நினைத்துச் சிரித்துக்கொண்டு ஓடினார்கள்.

குட்டை 'வுலன் ஸ்கர்ட்'டுக்குக் கீழ் வாழைத் தண்டாய்க் கால்கள் பளபளத்தன. அலங்காரப் பூச்சில்லாத இளசு முகங்கள்... அப்பொழுது பறித்த மலர்களாய்... சின்ன பெரிய கவலைகளை அனுபவித்தறியாத, நிமிர்ந்த தெளிந்த பார்வைகள்... தட்டிவிட்டால் தெறித்துவிடும் போல் உதட்டோரத்தில் பொங்கி நிற்கும் சிரிப்பு...

இவர்களைப் பார்க்கும் போதெல்லாம் நளினியின் ஞாபகமும், அவளை மாற்ற முடியாமல் போன அத்தையின் கையாலாகாத்தனமும் நெஞ்சை உறுத்திற்று. நளினியைப் பொறுத்தவரையில் அவள் போட்ட கணக்குத் தவறாகப் போயிற்று என்ற ஆயாசம் ஏற்பட்டது.

அவள் ஓர் ஏக்கத்துடன் தெருவில் விரைந்த சிறுமிகளைப் பார்த்தாள்.

எத்தனை உல்லாசம் கொப்புளிக்கிறது இவர்களது நடையிலும் பேச்சிலும்! இவர்களுக்கும் கிட்டத்தட்ட இவர்களுடைய வயசையொத்த நளினிக்கும் ஏதும் சம்பந்தமில்லை என்று தோன்றிற்று. நளினியின் பார்வையில் இப்பொழுதே ஒரு ஆழமும்

நிதானமும் தெரிகின்றன. சட்டென்று யாரையும் நம்பிவிடாத ஒரு சந்தேகம் விழியோரத்தில் தயங்கி நிற்கிறது...

யாரையும் நம்பாத சம்சயம் என்னையே பெற்றவளையே நம்பாத சம்சயம்.

ஜன்னல் கம்பிகளைப் பிடித்தபடி உட்கார்ந்திருந்த மாலதியின் கைகள் லேசாக நடுங்கின. அடிவயிற்றிலிருந்து ஒரு துக்கம் சுருண்டு கண்ணில் திரையாய் நின்றது.

நாட்கள் நகர நகர அந்தச் சந்தேகம் விஸ்வரூபமாய் வளர்ந்து தாண்ட முடியாத ஒரு சுவரை எழுப்பிவிடக் கூடும் என்கிற பயம். இப்பொழுதெல்லாம் இப்படி திடீரென்று விழித்துக் கொண்டு நிற்கும் காலைவேளையிலேயே துவங்கி விடுகிறது.

நளினியின் மனசை மாற்ற நினைத்து அவள் மேற்கொண்ட தஞ்சாவூர் பயணமெல்லாம் நளினியின் தீர்மான வார்த்தைகளில் வியர்த்தமாயின.

“கூப்பிடவேணும்னா டில்லியிலேயே இரு! என்னை ஏன் சும்மா கூப்பிடறே?”

துக்கத்தை வெகுபிரயாசைப்பட்டு அமுக்கினாற் போல் வார்த்தைகள் வரும். முகம் சிவந்து, கண்கள் உடம்பு நடுங்கும். இது என் தீர்மானம் என்கிறாற்போல் விதிற்துக் கொள்ளும்.

அவள் சினிமாவில் வரும் அம்மாக்களைப்போல் தீனமாகக் கேட்பாள்:

“உங்கம்மாவோட இருக்கணும்னு உனக்கு ஆசையில்லையா கண்ணு?”

அகன்ற விழிகளில் மெல்லிய சஞ்சலம் நிழலாடும். பார்வை தாழ்ந்து போகும், கண்ணீரை மறைக்க முயன்ற மாதிரி.

“இருக்கு. ஆனா, நா அங்கே வர மாட்டேன்!”

அவள் ஆயாசத்துடன் திரும்பத் திரும்பச் சொல்லுவாள்.

"நா இப்பல்லாம் ஆபீஸுக்குப் போறதில்லே கண்ணு! நீ பஸ்ஸிலே கூடப் போக வேண்டியதில்லே. கார்லே போகலாம். தனியா எங்கேயும் அனுப்ப மாட்டேன் உன்னை."

நளினியின் பார்வையில் இருந்த சந்தேக நிழல் விலகவே விலகாது.

ஆறு மாதங்களுக்கு முன் பார்த்தபோது, இந்த வார்த்தைகளினால் எரிச்சல் ஏற்பட்டவள் போல் அவளைத் தீர்க்கமாகப் பார்த்தாள்.

"அந்தக் கார் உன்னுடையதா?"

அவள் தயக்கத்துடன் சிரித்தவள், "உன்னுது என்னுதுன்னு என்ன பேச்சு? நம்பளுடையது!"

"பொய்! அது நம்பளுடையதில்லே. நீ யாரோடையும் இருக்கியே அவருடையது!"

பளாரென்று அறையத் துறுதுறுத்த வேகத்தை அவள் சிரமத்துடன் அடக்கிக் கொண்டாள்.

"நா யாரோடையும் இல்லே!" என்று கோபத்துடன் படபடத்தாள். "நா அவரைக் கல்யாணம் பண்ணிண்டிருக்கேன். உனக்கு அப்பா ஆகணும் அவர்!"

நாற்காலியில் உட்கார்ந்திருந்த நளினி விருட்டென்று எழுந்தாள்.

சுழன்று திரும்பி நின்ற வேகத்தில் பாவாடையின் கொசுவங்களில் ஆக்ரோஷம் பளிச்சிட்டது. வாசலை நோக்கிப் பாதங்கள் விரைந்தன. மூலையில் கிடந்த ஸ்கிப்பிங் கயிற்றை உருவி, அலட்சியத்துடன் படியிறங்குசையில், ஒரே ஒரு வினாடி உட்புறம் பார்வை திரும்பியது.

"எனக்கு அப்பா இல்லே. அவர் செத்துப் போயாச்சு!"

எட்டு வயசுப் பெண் பேசுகிற பேச்சா இது என்று ஆத்திரமும், துக்கமும் குமுறிக்கொண்டு வந்தன. இவளுக்குப் புரியும்படியாக எழுதிய கடிதங்களுக்கும். நேரில் வந்து விவரித்த

வார்த்தைகளுக்கும் ஏதும் பயன்இல்லை என்ற சோர்வில் அத்தைமேல் கோபம் வந்தது.

"உங்ககிட்டே இத்தனை ஒட்டிண்டிருக்காளே, நீங்க கொஞ்சம் அவளை சமாதானப்படுத்த முயற்சிக்கக் கூடாதா அத்தே?"

"எனக்குத் தெரிஞ்ச விதத்திலே நா சொல்லிண்டுதான் இருக்கேன், மாலு! சொல்லச் சொல்ல அதுக்குப் பிடிவாதம் அதிகமாகிறது. இந்த வயசுப் பொண்களுக்கே கொஞ்சம் அதிகமா கற்பனையும் தீர்மானமான எண்ணங்களும் ஏற்பட்டுப் போகும். கொஞ்சம் வயசானாத் தெளிஞ்சுடுவான்னு நினைக்கிறேன்!"

அவளுக்குச் சமாதானமாகவில்லை. அத்தையே இன்னும் தெளியவில்லை என்று தோன்றிற்று!

"அவரைப் பார்த்தா, அவரோடக் கொஞ்சம் பழகினா அவ மாறிடுவா அத்தை."

"எனக்கே நீ இன்னும் அவரைக் காண்பிக்கல்லே!"

"விக்கியைக் கவனிக்க யாராவது இருக்க வேண்டியதாலே இரண்டு பேரும் சேர்ந்து வர முடியறதில்லே. அடுத்த தடவை அவரை அனுப்பறேன். நளினியைப் பார்க்கணும்னு அவரே ரொம்ப ஆவலாயிருக்கார்..."

அத்தை பதிலே பேசவில்லை. அத்தையிடம் முன்பிருந்த நெருக்கம் போய் விட்டாற்போல் அவளுள் விசனம் படர்ந்தது. முன்பு போல், மனசிலிருப்பதைக் கொட்ட முடியவில்லை. கொட்டினாலும் அத்தையின் முழு அனுதாபமும் கிடைக்காது என்று தயக்கமேற்பட்டது.

✲ ✲ ✲

பஸ் நிலையத்தில் நின்ற சிறுவர்கள் எல்லாம் தத்தம் பஸ்களில் ஏறிக்கொண்டு சென்றுவிட்டார்கள். தெரு இப்பொழுது வெறிச்சோடிப் போயிருந்தது. இனிமேல் ஒன்பது மணிக்குப் பிறகு அலுவலகத்திற்குச் செல்பவர்களின் அவசரம் துவங்கும்.

வைத்தீச்வரன் எழுந்துவிட்ட அரவம் கேட்டு அவள் காப்பி கலக்கச் சென்றாள்.

வராண்டாவில் கிடந்த தினசரித் தாளை உள்ளே கொண்டு வந்தபடி பஹதூர், "நமஸ்தே மேம்ஸாப்!" என்றான்.

காலை ஆகாரத்துக்குச் செய்ய வேண்டியதை அவனிடம் சொல்லிவிட்டு, அவள் காப்பிக் கோப்பையை வைத்தீச்வரனிடம் கொடுக்கச் சென்றாள்.

"குட்மார்னிங் ரொம்பச் சீக்கிரம் எழுந்துண்டுட்டே போலிருக்கே?"

"பக்கத்து வீட்டிலே அலாரம் அடிச்சா எனக்கு முழிப்பு வந்துடறது."

"எழுந்திண்டு என்ன பண்ணே...?"

"ஸ்கூலுக்குப் போகிற குழந்தைகளைப் பார்த்துண்டிருந்தேன்."

காப்பி குடிப்பதைச் சற்று நிறுத்தி அவர் அவளைப் பார்த்தார்.

"பெண் குழந்தைகளையா...?" அவள் மழுப்பலாகச் சிரித்தாள்.

அசட்டுத்தனமாய் கண்ணில் துளிர்க்கப் பார்த்த நீரை விழுங்கியபடி சொன்னாள்:

"இந்த ஏரியாவிலேருந்து நிறைய பெண் குழந்தைகள்தான் ஸ்கூலுக்குப் போறாப்பலே இருக்கு!"

கோப்பையை வைத்து விட்டு, அவர் அவளருகில் வந்து அவள் தோளைப் பற்றினார்.

"அவாதான் உன் கண்ணிலே பட்டிருக்கா" என்றார் மிருதுவாக.

"அடுத்த மாசம் நா நிச்சயமா தஞ்சாவூருக்குப் போறதா இருக்கேன் மாலதி. ஒவ்வொரு தடவையும் ஏதேனும் ஒரு காரணத்தாலே போக முடியாம போயிடறது. இந்தத் தடவை அப்படி ஆகாதுன்னு நினைக்கிறேன். என்னைப் பார்த்துப் பழகினா நளினி மாறலாம். நா அத்தனை பயங்கரமானவனில்லேன்னு புரியலாம். அவளை இங்கே அழைச்சிண்டு வந்தாத்தான் எனக்கும் சமாதானமாயிருக்கும்..."

அவள் பதில் பேசாமல் மௌனமாக இருந்தாள். இப்படிப் பேசிக்கொண்டே இரண்டரை வருஷங்கள் ஓடிவிட்டன என்று அவள் தனக்குள் கணக்குச் சொல்லிக்கொண்டாள். இந்த ரீதியிலேயே நாட்கள் நகர்ந்தால் நளினியை முழுசாக இழந்தாற்போலத்தான் என்று தோன்றிற்று. அவள் சுயநலமாக நடந்துகொண்டாள் என்ற குற்றச்சாட்டு உண்மையாகிப் போகும்! எண்ணத்தைச் செயலாக்க இவரும் என்ன காரணத்தாலோ தயங்குகிறார் என்று பட்டது. நளினி வந்துவிட்டால் விக்ரம்மை சரியாக கவனிக்க மாட்டேன் என்று நினைக்கிறாரோ...?

அவள் சட்டென்று தன்னைச் சமாளித்துக் கொண்டாள் நமக்கு ஏன் இப்படியெல்லாம் மனசு வக்கரித்துப் போகிறது என்று வெட்கமேற்பட்டது. அவர் சொன்ன மாதிரி ஒவ்வொரு முறையும் ஏதாவது ஒரு அசௌகரியம் வந்து தடுத்துக்கொண்டு வருகிறது. அவர் நளினியைப் பார்க்க முடியாதபடி.

எத்தனை சமாதானப்படுத்தியும் அடங்காமல் அன்று முழுவதும் மனசு நழுவி நழுவி தனித்து நின்றது; குற்றம் சாட்டிற்று... நீ விக்கியிடம் காண்பிக்கும் ஆத்மார்த்த பிரியத்தை அவர் நளினி மேல் காட்ட முனைந்தாரா என்று ஏசிற்று நளினியுடன் நெருக்கத்தை ஏற்படுத்திக் கொள்ள அவர் தீவிரமாக முயற்சித்திருந்தால் அது சாத்தியமாகி இருக்காதா என்று கேட்டது.

அவள் மிகப் பிராசையுடன் தனது நித்திய அலுவல்களில் மனசைச் செலுத்தினாள். விக்கியின் தேவைகளைக் கவனித்து வைத்தீச்வரனின் சௌகரியங்களைக் கவனித்து சர்மாவின் பாஷையில் ஒரு மிடில் கிளாஸ் இல்லத்தரசியாக,

எதற்காகச் சுற்றுகிறோம் என்றே புரியாமல் சுற்றும் செக்குமாடாக, அந்த வார்த்தையின் ஞாபகத்தில் மனம் மெல்ல அதிர்ந்தது.

நான் வாஸ்தவத்தில் நின்ற இடத்திலேயே நிற்கிறேன்! இரண்டரை வருஷங்களுக்கு முன் எப்படி இருந்தேனோ அதேபோல... என் பெண்ணின் பயம் குறையவில்லை. நான் நினைத்தபடி அவள் என்னிடம் வந்து சேரவில்லை.

வைத்தீச்வரனின் முழுமையான அன்பை, நேசத்தைப் பெறுவது இந்த ஜென்மத்தில் சாத்தியமா என்று அடிக்கடி சந்தேகம் வந்தது. ஊர்மிளாவின் நினைவின் நிழல் அவரை விட்டு அகலவில்லை என்று பல சந்தர்ப்பங்களில் தோன்றிற்று நான் இந்த வீட்டில் இருப்பது அவரையும் விக்கியையும் பொறுத்தவரையில் ஒரு செளகரியமான ஏற்பாடு.

அதற்குமேல் எனக்கு எந்தவித ஐடென்ட்டிட்டியும் இல்லை. செளகரியமான வாழ்க்கை அமைந்து போன பிறகு ஜனங்கள் எத்தனை மெத்தனமாகப் போய்விடுகிறார்கள்!

எத்தனை சுலபமாக அதற்குக் காரணமான தியாகங்களை மறந்து விடுகிறார்கள்!

காலையில் அலாரம் ஒலி காதில்பட்ட நேரத்திலிருந்து மனத்தில் விழுந்த பொறி மனப்பிரமைகளில் கனன்று வேதனைப்படுத்திய வண்ணம் இருந்ததில் வேலைக்காரி ருக்மிணி அவள் எதிரில் சற்று நேரம் தயங்கிக் கொண்டு நின்றதை உடனே அவள் கவனிக்கவில்லை.

"என்ன ருக்மிணி? மறுபடி அட்வான்ஸா?"

"அதில்லீங்க. ஒரு விஷபம் உங்களைக் கேட்கோணும்னு தயங்கிக்கிட்டு நிக்கிறேன். விவாகரத்துன்னா புருஷனுக்கும் பெண்சாதிக்கும் இனிமே சம்பந்தமில்லேன்னுதானே அர்த்தம்?"

'ஓ, இவள் ஏதோ வம்பிற்கு அலைகிறாள்' என்று எரிச்சலுடன் கூட மார்பும் படபடத்தது.

"ஆமாம்; அதுக்கென்ன?"

"ஒண்ணுமில்லீங்க" என்றாள் ருக்மிணி தயங்கிய மெல்லிய குரலில்,

"அய்யாவையும் அந்தம்மாவையும் சேர்த்துப் பார்த்ததா ஒருத்தரு சொன்னாங்க!"

❖❖❖

20 அத்தியாயம்

தன்னை சமாளித்துக் கொள்ள அவளுக்குச் சில வினாடிகள் பிடித்தன.

அவளுடைய முகத்தில் தன் வார்த்தைகள் என்ன பாதிப்பை ஏற்படுத்தும் என்கிற ஆவலில் நிற்பவள்போல் நின்ற ருக்மிணியிடம் அவள் மெல்லிய குரலில் சொன்னாள்:

"புருஷன் பெண் ஜாதி என்கிற உறவு இனிமே இல்லேன்னு அர்த்தமே தவிர, சினேகிதங்களா இருக்கக் கூடாதுன்னு அர்த்தமில்லே ருக்மிணி!"

சமாதானமாகாதவளாய் ருக்மிணி தலையசைத்தாள்.

"அதின்னாவோ, பெரிய மனுஷங்க விவகாரம் எனக்குப் புரியறதுமில்லே; நா சாதாரணமா கண்டுக்கிறதும் இல்லே. உங்களுக்கு நல்ல மனசு. உங்களுக்குப் பிறகு தொந்திரவு ஏற்படக் கூடாதேன்னு தான் எனக்குக் கவலை."

மாலதி பதில் ஏதும் சொல்லாமல் எழுந்து ஜன்னலருகில் போய் நின்று தெருவை வெறித்துப் பார்த்தாள். காலையிலிருந்து சஞ்சலப்பட்டுக் கொண்டிருந்த மனத்துக்குத் தெளிவாகச் சிந்திக்கும் சக்தியே போய்விட்ட மாதிரி இருந்தது.

"இந்த சீக்காளிக் குழந்தையை நீங்க சொந்தக் குழந்தையாட்டம் கவனிக்கிறதைப் பார்த்துக்கிட்டு தானே வரேன். இந்தமாதிரி யாரு இருப்பாங்க? அந்தம்மாவுடைய கால் ஒரு நாள் வீட்டிலே தங்கியிருக்கும்னு நினைக்கிறீங்களா?"

“ருக்மிணி!” என்றாள் அவள் தன்னைக் கட்டுப்படுத்திக் கொண்டு.

“எங்கிட்ட வந்து இந்தப் பேச்சையெல்லாம் பேசாதே. இந்தப் பேச்சினாலே யாருக்கும் லாபமில்லே. எனக்கு சரின்னு படறதை நா செய்யறேன். எது சரி எது தப்புன்னு சொல்றதுக்கு நமக்குத் தகுதி கிடையாது ருக்மிணி!”

எஜமானி என்கிற ஸ்தானத்தில் ருக்மிணி பேச்சை வெட்ட முடிந்தது. மனசு எந்த அடக்கலுக்கும் அடங்காமல் சுக்கிர வட்டம் அடித்தது.

“ஐயாவையும் அந்தம்மாவையும் சேர்ந்து பார்த்தா...”

சேர்ந்து எங்கே போகிறார்கள்? இன்னமும் தொடர்பை ஏன் ஊர்மிளாவினால் விடமுடியவில்லை? இன்னமும் அடிமனத்தில் அவளிடம் பிடிமானம் கொண்ட வைத்தீச்வரனைப் பேதலிக்கச் செய்யவா? இதனால் அவளுக்கென்ன லாபம்? நினைக்க நினைக்கக் கட்டுக்கடங்காமல் கோபம் வந்தது.

‘செல்லம் கொடுத்துக் கெட்டுப்போன குழந்தை’ என்று ஊர்மிளாவை வைத்தீச்வரன் வர்ணித்தது நினைவுக்கு வந்தது.

யோசிக்க யோசிக்க ஊர்மிளாவின் செய்கை மிகக் குழந்தைத்தனமானது என்று தோன்றிற்று.

விவாகரத்தான பிறகு அவர் கல்யாணம் செய்துகொள்ள மாட்டார் என்று அவள் நினைத்திருக்க வேண்டும். அவர் செய்து கொண்டதினால் தான் அவளுக்கு ஆங்காரமும் அசூசையும்...

எத்தனை அசட்டுத்தனம் இது என்று அவளுக்கு ஆத்திரம் வந்தது. சவாலை ஏற்க தைரியமில்லாமல் கிளம்பிப் போனவளிடம் மனித இயல்புகளை மறந்து சென்றவளிடம் இன்னமும் வைத்தீச்வரனுக்கு ஈர்ப்பு இருப்பது வியப்பைத் தந்தது. துக்கப்படுத்திற்று! ஈர்ப்பினால்தான் அவளுடன் சேர்ந்து காணப்படுகிறாரா, அல்லது பலர் முன்னிலையில் ரசாபாசம் ஏற்படக் கூடாது என்கிற காரணத்தால் சிநேக பாவனை காட்டுகிறாரா?

அது வெறும் பாவனையாகத்தான் இருக்கும். இல்லாவிட்டால் தானாக வந்து நளினியைப் பற்றி இன்று பேசியிருக்க மாட்டார். தஞ்சாவூருக்குப் போகிறேன் என்று சொல்லியிருக்க மாட்டார்.

ஊர்மிளாவாக மேலே விழுந்து இவரை இழுத்தால் இவர் தான் என்ன செய்வார்?

திரும்பத்திரும்ப எழுந்த சந்தேகங்களும் சமாதானங்களும் மனத்தைக் குட்டையாகக் குழப்பின.

விக்ரம்மின் அறைக்குக் குழம்பிய நிலையில் சென்றாள்.

இந்த இரண்டரை வருஷங்களில் அவன் உடலில் நல்ல மாறுதல் தெரிந்தது. சற்று சதை பிடித்திருந்தது. அதிக உற்சாகம் தெரிந்தது. அவள் குரலைக் கேட்டவுடன் அவன் சரளமாகச் சிரித்ததில். இந்த ஜென்மத்தில் அவன் சராசரி குழந்தையைப்போல் மாற முடியாது என்பது நிச்சயமாகிப் போன விஷயமாக இருந்தாலும், அவனுடைய கிரகிக்கும் தன்மை இப்பொழுது கூடியிருந்தது.

அவள் மிருதுவாக "விக்கி!" என்றாள் விசையை அழுத்தினாற்போல் அவன் முகம் மலர்ந்தது.

காரணம் புரியாமல் அவளுக்கு நெஞ்சு விம்மிற்று. மெலிதாகப் பெருமிதம் ஏற்பட்டது.

"பசிக்கிறதா?"

'இல்லை' என்கிற பாவனையில் அவன் தலையசைத்தான்.

"நா கொஞ்சம் வெளியிலே போயிட்டு வரட்டுமா?"

அவன் சடாரென்று சிரமப்பட்டு அவள் கையைப் பிடித்துக்கொண்டான். 'வேண்டாம்' என்கிற அர்த்தத்தில் தலையைத் தீவிரமாய் அசைத்தான்.

"கொஞ்சநேரம் பிளீஸ்!" என்றாள் அவள் செல்லமாக.

"எனக்குத் தலையை வலிக்கிறது, சித்த நடந்துட்டு வந்தா சரியாயிடும்."

அவன் அவளது கையை விடாமல் சற்று யோசித்தான்.

“சீக்கிரம் வந்துடுவேன் விக்கி, நானே சாதம் போடறேன் உனக்கு!”

அவன் முகத்தில் அஷ்டகோணலாய் ஒரு சிரிப்பு விரிந்தது. மெல்ல அவளது கையை விடுவித்ததில் சம்மதம் தெரிந்தது. இந்தப் பிள்ளைக்கும் நமக்கும் எப்படி இப்படி ஒரு பந்தம் ஏற்பட்டது என்கிற திகைப்புடன் அவள் அவனது தலையைக் கோதிவிட்டாள்.

“டாட்டா விக்கி!”

அவன் வெகுசிரமப்பட்டு ‘டாட்டா’ சொல்கிற நினைப்பில் ஓர் ஒலியை எழுப்பினான்.

அவள் பரிவுடன் போர்வையை சரியாகப் போர்த்தி, பஹதூரிடம் அவனை கவனித்துக் கொள்ளச் சொல்லிவிட்டுத் தெருவிற்கு வந்தாள்.

உண்மையில் விக்கிக்கும் அவளுக்கும் இடையே வெகு இயல்பாகப் பாசம் மலர்ந்து போனதை அவளால் துல்லியமாக உணர முடிந்தது. அவன் மேல் ஏற்பட்ட கருணையால் விளைந்த பரிவில்லை இது நளினியிடம் காட்ட முடியாத பாசம் எல்லாம் இவன்மேல் திரும்பியிருக்கவேண்டும். பிரியம் என்கிற உணர்வுக்கு மட்டுமே முக்கியத்துவம் கொடுக்கும் ஜீவன் அவன் ஒருவன்தான் என்கிற எண்ணம் காரணமாக இருக்க வேண்டும். வைத்தீச்வரனின் மேல் அவளுக்கு ஏற்பட்டுப் போன ஆத்மார்த்த நேசத்தின் விளைவாக...

நேசம்...

அது சத்தியமான உணர்வுதானா? வெறும் பிரமையாக இருக்குமோ? உணர்வுகளின விளிம்பில் நிற்கும் நுரையோ கரைந்தோ பறந்தோ போகக்கூடிய சாசுவதமில்லாத பாவனையோ?

அவள் கால்போன போக்கில் நடந்தாள். எந்த வழி செல்கிறோம் என்கிற பிரக்ஞை இல்லாமல். மூளை மட்டும் தீவிர சிந்தனையில் லயித்தது.

நினைக்க நினைக்கச் சிரிப்பு வந்தது. எப்படிப்பட்ட வளையத்தில் மாட்டிக் கொண்டோம் என்று. பல பேர்கள் சம்பந்தப்பட்ட ஒரு வட்டத்தில் என் ஒருத்தியின் தீர்மானம் செல்லுபடியாகும் என்று நினைத்தது எத்தனை முட்டாள்தனம்!

“ஹலோ!”

அவள் திடுக்கிட்டுத் திரும்பினாள். மிஸஸ் மல்ஹோத்ரா பெரிய சிரிப்புடன் நின்றிருந்தாள்.

“எப்படியிருக்கிறீர்கள்? எத்தனை நாட்களாகிவிட்டன. உங்களைப் பார்த்து!”

மிஸஸ் மல்ஹோத்ரா கொஞ்சம் தடித்திருந்தாள். அவளைப் பார்த்ததில் லேசாகிப்போன மனசுடன் மாலதி சிரித்தாள்.

“நன்றாயிருக்கிறேன், பாருங்களேன்!” மிஸஸ் மல்ஹோத்ரா வினாடி நேரம் எடைபோட்டாள்.

“உம் நன்றாகத்தான் இருக்கிறீர்கள். ஆனால் இன்னும் உற்சாகத்தை எதிர்பார்த்தேன். நளினி எப்படியிருக்கிறாள்.”

“நன்றாக இருக்கிறாள், என் அத்தையிடம்!” மிஸஸ் மல்ஹோத்ராவின் பார்வையில் வியப்பு தெரிந்தது.

“அவளுக்கு ஊர் பிடித்துப் போய்விட்டது. டில்லிக்கு வர இஷ்டமில்லை.”

சிறிது மௌனத்திற்குப் பிறகு மிஸஸ் மல்ஹோத்ரா பதில் சொன்னாள்:

“குழந்தைகளுக்கு சூட்சுமம் அதிகம் மாலதி! அவர்கள் நம்மிடமிருந்து ஒரு கோட் ஆஃப்காண்டக்ட்டை எதிர்பார்க்கிறார்கள் மாறுதல்கள் நமக்குப் பழகிவிடும் குழந்தைகளுக்குத்தான் கஷ்டம். என்னுடைய பிள்ளை இப்பொழுதிலிருந்தே எத்தனை சட்டதிட்டம் பேசுகிறான் தெரியுமோ?”

மாலதி மெலப் பேச்சை மாற்றினாள். சிறிதுநேரம் பேசிவிட்டு மிஸஸ் மல்ஹோத்ரா கிளம்பினாள்.

"மிஸ்டர் வைத்தீச்வரனை முன்பெல்லாம் சிடுமூஞ்சி என்று சொல்வார்கள் இப்பொழுது ரொம்ப மாறிவிட்டார் மாலதி! யாரையும் கோபித்துக் கொள்வதே இல்லை. ரொம்ப ரிலாக்ஸ்டாகத் தெரிகிறார். உங்களுக்குத்தான் கிரெடிட்!"

மாலதி கூச்சத்துடன் சிரித்தாள்.

"அவர் சுபாவமாக சாந்தமானவர். இடையில் ஏதோ டென்ஷனினால் அப்படி இருந்திருக்க வேண்டும்!"

சொல்வதா வேண்டாமா என்று தயங்கியவள்போல் மிஸஸ் மல்ஹோத்ரா நின்றாள்.

"ஒரு வேடிக்கை! இப்பொழுது டென்ஷன் குறைந்து போனதில் முதல் மனைவிமேல் முன்பிருந்த கோபம் கூடக் குறைந்து விட்டது என்று எல்லோரும் பேசிக் கொள்கிறார்கள்."

"எப்படிச் சொல்கிறார்கள்?" குரலில் மெல்லிய தடுமாற்றம் பிசிறடித்தது.

"பொது இடங்களில் சினேகிதமாக அவர்கள் பேசிக்கொள்வதைக் கவனித்து அப்படிச் சொல்கிறார்கள் என்று நினைக்கிறேன்."

சட்டென்று அவள் தன்னைச் சமாளித்துக்கொண்டு சிரித்தாள்.

"வைத்தீச்வரனுக்கு ரொம்பப் பெரிய மனசு மிஸஸ் மல்ஹோத்ரா! அவருக்கு யார் மேலும் துவேஷம் பாராட்டத் தெரியாது!"

மிஸஸ் மல்ஹோத்ரா அவளை தீர்க்கமாகப் பார்த்துக் கையைப் பற்றினாள்.

"நீங்கள் சந்தோஷமாக இருந்தால் சரி. இருக்கிறீர்கள் அல்லவா?"

"இருக்கிறேன். உங்களுக்கு அதைப்பற்றி சந்தேகம் வேண்டாம்"

"ஐ ஆம் க்ளாட் ஃபார் யூ மாலதி!"

மிஸஸ் மல்ஹோத்ரா கிளம்பிச் சென்று வெகுநேரத்துக்கு அந்த தீர்க்கப் பார்வையும், கரிசன வார்த்தைகளும் மனத்தில் நின்றன.

'நீங்கள் சந்தோஷமாக இருந்தால் சரி!'

அதாவது யார் எப்படி நடந்து கொண்டாலும் அது உங்களைப் பாதிக்காமல் இருந்தால் சரி என்கிறாள்.

வெளிமனுஷாள் கவனிக்குமளவுக்கு ஊர்மிளாவுக்கும் வைத்தீச்வரனுக்குமிடையே சௌஜன்யம் ஏற்பட்டுப் போயிருக்குமா? இது உண்மையா அல்லது நடிப்பா என்று அவள் திகைத்தாள். உண்மையாக இருந்தால் நல்லதிற்கா?

காரின் விடாத ஹாரன் ஒலியைக் கேட்டு அவள் சுயநினைவுக்கு வந்தாள்.

வீட்டு ஞாபகமும், விக்கிக்கு சாப்பாட்டு நேரம் தாண்டிவிட்டது என்கிற பிரக்ஞையும் பரபரக்க எவ்வளவு தொலைவு வந்துவிட்டோம் என்று அவள் விரைந்தாள்.

வீட்டு வாசலில் வைத்தீச்வரனின் வண்டி நின்றிருந்தது வியப்பைத் தந்தது. வருவதாகச் சொல்லவில்லையே என்கிற கேள்வி நெஞ்சில் எழ அவள் உள்ளே சென்றாள்.

கூடத்து சோபாவில் வைத்தீச்வரன் உட்கார்ந்திருந்தார். முகத்தில் கடுகடுப்புத் தெரிந்தது.

"எங்கே போயிட்டே இத்தனை நேரம்?!"

"சும்மா நடந்துட்டு வரலாம்னு போனேன்!"

"இந்த நேரத்திலேயா? விக்கிக்கு சாப்பாட்டு நேரம் தாண்டியாச்சு! பஹதூர் கொடுத்தா சாப்பிடமாட்டேன்னு ஏக ரகளைப் பண்ணறான்! உன்னைக் காணவே காணோம்!"

அவர் குரலில் தொனித்த எரிச்சல் அவளுள் வினோதமான உணர்வை ஏற்படுத்திற்று. தவறு செய்த ஆயாவை தண்டிக்கும் எஜமானின் குரல்போல் தொனித்தது. அவள் தலையைக் குனிந்தபடி மெல்லிய குரலில் சொன்னாள்:

"இதோ கவனிக்கிறேன்."

அவள் சாதத்தைப் பிசைந்து விக்கியிடம் சென்றாள். காரணம் புரியாமல் தொண்டைக் குழியில் உருண்டையாக துக்கம் புண்ணாய் உட்கார்ந்திருந்தது.

சுவர் பக்கமாகத் திரும்பிப் படுத்திருந்த விக்கியின் முகத்தைப் பார்க்கப் பரிதாபமாக இருந்தது.

"விக்கி, சாப்பாடு கொண்டு வந்திருக்கேன்!" உயிர் பெற்றதுபோல் அவனது உறுப்புகளில் சலனம் தெரிந்தது. முகம் திரும்பி தசைகள் இளகி பெரிய கோணல் புன்னகை விரிந்தது. உடம்பு ஒரு குலுக்குக் குலுக்கி எம்பி சந்தோஷத்தைத் தெரிவித்தது.

அவள் சட்டென்று உடைந்து போனாள். கண்களிலிருந்து நீர் கட்டுப்படுத்த முடியாமல் வழிய ஆரம்பித்தது.

❖❖❖

21 அத்தியாயம்

விக்கிரமுக்குச் சாப்பாட்டைக் கொடுத்து முடித்து அவன் வாயைத் துடைத்து, போர்வையைப் போர்த்தி, "இப்ப சமத்தாத் தூங்கணும்!" என்றதும் அவன் குறும்புத்தனமாய் மண்டையாட்டியதைக் கண்டு அவள் செல்லமாய் "போக்கிரி" என்று அவன் கன்னத்தைத் தட்டி விட்டுத் திரும்பினாள்.

வைத்தீச்வரன் நின்றிருந்தார் அறையில்.

அவள் தோள்மேல் கையை வைத்து, "ஸாரி மாலதி" என்றார்.

"உன் மனசைக் கஷ்டப்படுத்தும் என்கிற யோசனையில்லாம பேசிட்டேன்."

அவள் தலையைக் குனிந்துகொண்டாள். என்றைக்குமில்லாமல் இன்றைக்கு கோபம் வந்தது. 'என்னை இவர் இன்னும் புரிந்துகொள்ளவில்லை பார்' என்கிற துக்கம் சீறிக்கொண்டு பாய்ந்தது.

"எனக்குள்ளே ஒரு மனசிருக்குங்கிற நினைப்பு உங்களுக்கிருக்கோ?"

மெலிதான ஆச்சரியம் வைத்தீச்வரனின் பார்வையில் நிழலாடிற்று. தோள்மேல் அமர்ந்திருந்த கை இறங்கிற்று.

"நினைப்பிருக்கிறது மாத்திரமில்லே... அது எத்தனைப் பெரிசுன்னும் தெரியும்!"

வார்த்தைகளின் ஜாலத்தில் மழுப்பப் பார்க்கிறார் என்று அவளுக்கு மீண்டும் கோபம் வந்தது.

"பெரிசோ சின்னதோ, அதுக்கு உணர்ச்சிகள் உண்டுன்னு நீங்க நினைக்கல்லே!"

அடிபட்டுப் போனவர் போல் அவர் அவளைப்பார்த்தார்.

"ஓ, காட்! எப்படி அப்படிச் சொல்றே மாலதி... கோபப்படறதுக்கு எனக்கு உரிமை இல்லையா? இன்னிக்கு ரொம்ப தலையை வலிக்கிறதுன்னு வீட்டுக்கு வந்தேன். நீ இல்லே... விக்கி ஏக ரகளை செய்துண்டிருந்தான், பஹதூர் கொடுத்த சாப்பாட்டைச் சாப்பிட மாட்டேன்னு! எனக்குக் கோபம் வந்தது. வாட் ஈஸ் ராங் இன் இட்...?"

முதல்முறையாகத் தன்னைப் பார்த்து பலக்கப் பேசுகிறார் என்கிற பிரக்ஞையில் அவள் மௌனமாக இருந்தாள்.

"நா என்ன சொல்லிட்டேன்னு சித்த முன்னாடி அழுதே? நீ விக்கியுடைய அம்மாவா இருந்தாலும் இப்படித் தான் சொல்லியிருப்பேன்...!"

அவள் மெல்ல அவரது கைகளை விலக்கினாள்.

"விக்கியுடைய அம்மா ஸ்தானத்தை நீங்க எனக்குக் கொடுக்கல்லே! கொடுத்திருந்தா நா துக்கப்பட்டிருக்க மாட்டேன்! நானே வலுக்கட்டாயமா உங்கப் பிரதேசத்திலே நுழைஞ்ச இரண்டாந்தர பிரஜை மாதிரிதான் இன்னும் இருக்கேன்!"

அவர் சோர்வுடன் பார்வையை வெளியில் பதித்தார்.

"அது உன்னுடை பிரமை மாலதி. நா நிச்சயமா உன்னைப்பத்தி அப்படி நினைக்கல்லே!"

"நீங்க நினைக்காம இருக்கலாம். ஆனா அதுக்குக் காரணம் வேறே... என்னுடைய உணர்ச்சிகளைப் பத்திக் கவலைப்பட வேண்டியது அவசியம்னு உங்களுக்குத் தோணல்லே. யூ ஆர் டேக்கிங் மீ ஃபார் க்ராண்டட்!"

சட்டென்று புதிதாக அவளைப் பார்ப்பவர்போல் அவர் பார்த்தார் திகைப்புடன்.

“வேண்டாம் மாலதி... நீயும் இந்த மாதிரி பேச ஆரம்பிக்காதே. எனக்குத் தாங்காது!”

அவர் தலையைக் குனிந்தபடி கிளம்பினார். அறையைத் தாண்டும்போது, அவளைப் பார்த்துச் சொன்னார்:

“இதுக்குத்தான் நா ஆரம்பத்திலேயே பயந்தேன். நீ எனக்குக் கொடுக்கிற அளவுக்கு என்னாலே திருப்பித் தர முடியாதுன்னு. அந்த பயத்தைப் பத்தின நினைப்பே இல்லாம இத்தனை நாளா ரொம்ப நிம்மதியா இருந்துட்டேன். பர்ஹாப்ஸ் யூ ஆர் ரைட்! மஸ்ட் ஹாவ் டேக்கன் யூ ஃபார் க்ராண்ட்டட்!”

அவர் விருட்டென்று திரும்பிப் பார்க்காமல் திரும்பிப் போனார்.

அவள்தான் தோற்றுப்போனவள் போல் நின்றாள். மெல்லிய குற்ற உணர்வு நெஞ்சை அழுத்திற்று.

அவர் சொல்வது போல் அவள் தான் அவர்மேல் ஏற்பட்ட கண்மூடித்தனமான மோகத்தில் இந்த பந்தத்திற்கு ஆசைப்பட்டாள். மறுமண எண்ணமே இல்லாமல் இருந்தவரை, ‘உங்கள் சீக்காளிக் குழந்தையை என் சொந்தக் குழந்தையைப்போல் பார்த்துக் கொள்வேன்’ என்று ஆசைகாட்டிச் சம்மதிக்க வைத்தாள்.

அவருடைய கையாலாகாத்தன நிலையை நான்தான் உபயோகித்துக் கொண்டேன்.

‘பிரியத்தைக் காட்டிப் பிரியத்தைச் சம்பாதிப்பேன்’ என்று சவால் விட்டேன். ஏதோ அது பண்டமாற்று வியாபாரம் போல்!

‘நீ எனக்குக் கொடுக்கிற அளவுக்கு என்னாலே திருப்பித் தர முடியாது!’

ஏனென்றால், அவரால் கொடுக்க முடிந்ததையெல்லாம் ஏற்கெனவே ஒருத்தி வாங்கிக்கொண்டு விட்டாள்...

அவள் பாத்திரங்களைத் தேய்க்கக் கொண்டு போட்டுவிட்டு, சூடாக காப்பி கலந்துகொண்டு வைத்தீச்வரனைத் தேடிச் சென்றாள்.

படுக்கையில் கண்ணை மூடிக்கொண்டு சாய்ந்த நிலையில் படுத்திருந்தவரைப் பார்க்கப் பரிதாபமாக இருந்தது. முதல் தாம்பத்தியத்தில் மனத்தால் நிறைய கஷ்டப்பட்டிருக்கும் இவரிடம் எத்தனைச் சிறுபிள்ளைத்தனமாக நடந்து கொண்டோம் என்கிற சுவாபாவிகமான கனிவும் பச்சாதாபமும் சுரந்தன.

அவள் மிருதுவாக அவரது நெற்றியை வருடினாள். அவர் கண்களைத் திறந்தார்.

"காப்பி கொண்டு வாதிருக்கேன்... தலைவலின்னேளே, மாத்திரை வேணுமா?" என்றாள் மிருதுவாக.

"காப்பி மட்டும் போதும்!"

அவர் அதைக் குடித்து முடிக்கும்வரைக் காத்திருந்து அவள் கட்டிலில் அமர்ந்தாள்.

"தலைவலிக்கு என்ன காரணம்?"

அவர் மென்மையாகப் புன்னகைத்தார்.

"இது மனுஷ சரீரம் என்கிற காரணம்! உன்னுடைய இன்னியப் பேச்சுக்கு என்ன காரணம்?"

அவள் உணர்ச்சிவசப்பட்டுப் போனாள். கண்களில் நீர் துளிர்க்கப் பார்த்தது.

"இன்னி-நேத்துக் காரணமில்லே... பல ஜென்மத்துக்குக் காரணமாயிருக்கணும்..."

"எனக்குப் புரியல்லே மாலதி..."

அவள் சட்டென்று தன்னைக் கட்டுப்படுத்திக் கொள்ள முடியாதவள் போல் அவருடைய மார்பில் முகத்தைப் புதைத்துக்கொண்டு அழ ஆரம்பித்தாள்.

அவர் பதட்டத்துடன் அவளைச் சமாதானப்படுத்த முயன்றார்.

"என்ன மாலதி, என்ன ஆச்சு உனக்கு...?"

"எனக்கே புரியல்லே." என்றாள் அவள் சோர்வுடன்.

"சிலசமயம் ரொம்பக் குழப்பமா இருக்கு. உங்கமேலே ஏற்பட்டப் பிரியத்தினாலே உங்களைக் கல்யாணம் பண்ணிண்டேன். எந்தவிதப் பிரதிபலனையும் நா அப்ப எதிர்பார்க்கல்லே இப்பத்தான் அந்த வீறாப்பெல்லாம் எத்தனைப் பைத்தியக்காரத்தனமானதுன்னு புரியறது!"

அவா பதிலேதும் சொல்லாமல் அவள் முதுகைத் தடவிக்கொடுத்தார்.

"என்னை நீங்க இன்னும் முழுசா ஏத்துக்கலேங்கற எண்ணம் எனக்கு இருந்துண்டே இருக்கு..."

"அது உன்னுடைய பிரமை மாலதி. நீ இல்லாம நா இருக்க முடியாதுங்கிற நிலைமையிலே நா இப்ப இருக்கேன்!"

அவள் சற்றுநேர மௌனத்திற்குப் பிறகு தயங்கிக்கொண்டு சொன்னாள்:

"உங்களுக்கு ஊர்மிளாவுடைய நினைவு இன்னும் மறக்கல்லே. நடுக்கூடத்திலே இன்னும் அவபோட்டோவை வெச்சிருக்கேள் வெளிமனுஷாள் கவனிச்சுப் பேசற அளவுக்கு அவளைச் சந்திச்சிண்டிருக்கேள்!"

அவளுடைய முதுகை வருடிக் கொண்டிருந்த அவருடைய கை சற்று இறுகிற்று.

"பதினைஞ்சு வருஷம் அவளோடு வாழ்ந்திருக்கேன். மறந்துடமுடியுமா...? விவாகரத்தானா! விரோதிகளா இருக்கணும்னு எங்கே சொல்லி இருக்கு... சேர்ந்துவாழ முடியலேங்கறதுக்காக, சிநேகிதர்களா இருக்கக்கூடாதுன்னு அர்த்தமா...!"

அவள் பதில் சொல்லத் தெரியாமல் திகைத்தாள்.

'இத்தனை நாள் இல்லாத சிநேகிதம் இப்பொழுது திடீரென்று எதனால் வந்தது என்று எப்படிக் கேட்பது? அவள் பொறாமையினால் உங்களைச் சலனப்படுத்தப் பார்க்கிறாள் என்ற என் பயத்தை எப்படித் தெரிவிப்பது...?'

தன்னுடைய நிலை மிக பலவீனமாகப் போய்விட்டாற் போல் அவளுள் சோர்வேற்பட்டது.

என்னுடைய பயங்களை இவரிடம் தெரிவித்தால் நிச்சயம் இவர் சிரிக்கப் போகிறார். சர்மா சொன்னதுபோல் ஒரு சராசரி மிடில் கிளாஸ் மனைவியாகப் போய்விட்டாய் என்று பரிகாசம் செய்யப்போகிறார்.

ஓ, நான் சராசரிதான்! உங்களது நாகரிகம் எனக்குப் புரியவில்லை என்று எப்படிச் சொல்வது...?

சட்டப்படி மனைவி விலகிவிட்ட பிறகு, என் வரையில் அவள் எங்களுக்குப் பரஸ்த்ரீ என்று சொன்னால் இவர் ஏற்பாரா? இந்தத் தொடர்புக்கு அதிக ஆகர்ஷிப்பு உண்டு என்கிற என் பயத்தைப் புரிந்து கொள்வாரா...?

வைத்தீச்வரனின் கை பரிவுடன் அவள் முதுகைத் தடவிற்று.

“அனாவசிய யோசனைகளிலே புத்தியைச் செலவழிக்காதே மாலதி! என்னுடைய வயசுக்கும் முதிர்ச்சிக்கும் கொஞ்சம் மதிப்பு கொடு... இனிமே நளினியை இங்கே அழைச்சிண்டு வரத் தீவிரமா முயற்சி பண்ணணும். அப்பத்தான் உனக்கு இந்தப் புதுவாழ்க்கையிலே பிடிமானம் ஏற்படும். ஒரு விஷயத்தை நீ புரிஞ்சுக்கலே. உன்னோடு ஆரம்பிச்ச என் வாழ்க்கையிலே எனக்குப் பிடிமானம் ஏற்படலேன்னு நீ நினைக்கிறே. வாஸ்தவத்திலே உனக்குத்தான் பிடிமானம் ஏற்படலே, நளினி உன் கூட இல்லாததாலே. இந்த ஏக்கம்தான் உன்னுடைய மத்த பயங்களுக்கும் காரணம்...”

அவளுடைய பாத்திரத் தன்மையை விவரமாக ஆராய்ந்து வைத்திருந்தவர் போல அவர் பேசுவது அவளுக்கு ஆச்சரியத்தை அளித்தது. நிதானமாக மிருதுவாக வந்த வார்த்தைகளில் ஒலித்த நெருக்கம் அவளுள் ஒரு கூச்சத்தை ஏற்படுத்திற்று.

அவள் தலையை நிமிர்த்தி வெட்கத்துடன் புன்னகைத்தாள்.

“சர்மா சொன்ன மாதிரி நா ரொம்ப சராசரியாப் போயிட்டேன்னு நினைக்கிறேன். நீங்க சொல்ற மாதிரி நளினியுடைய ஞாபகம் இப்பல்லாம் நிறைய ஏற்படறது.”

“ஓ, மறந்தே போயிட்டேன். உனக்கு ஒரு கடிதாசு வந்தது, நீ வெளியிலே போயிருக்கும்போது. தஞ்சாவூர்லேந்து வந்திருக்கா பாரு!” என்று அவர் சட்டைப் பையிலிருந்து ஒரு கடிதத்தை எடுத்துக் கொடுத்தார்.

அவள் ஆவலுடன் அதைப் பிரித்தாள். தஞ்சாவூரிலிருந்து தான் வந்திருந்தது. ஆனால், அத்தையின் கையெழுத்தில்லை. வேறுயாரோ எழுதியிருந்தார்கள்.

‘மீனாட்சி மாமிக்குப் பத்து நாளா உடம்பு சரியில்லை. படுக்கையில் இருக்கிறார். நீ சகாயத்துக்கு இங்கு வந்தால் தேவலை என்று தோன்றுகிறது. உடனே கிளம்பி வா. உன் பெண் சௌக்கியம்!’

“அத்தைக்கு உடம்பு சரியில்லையாம்...?” என்றாள் அவள் பதட்டத்துடன்.

“என்ன உடம்பு...?”

“தெரியல்லே. பத்து நாளாப் படுக்கையிலே இருக்கானாம். நா அங்கே உடனே வந்தால் தேவலைன்னு யாரோ எழுதியிருக்கா. சாதாரண ஜுரமா இருந்தா அத்தை எழுதச் சொல்லியிருக்க மாட்டா!”

“போயிட்டு வா மாலதி!”

“விக்கியை யார் பார்த்துப்பா?”

“நானும் பஹதூரும் கவனிச்சுப்போம். நீ கவலைப் படாதே. அங்கே சிகிச்சை சரியில்லேன்னு தோணித்துன்னா இங்கே அழைச்சுண்டு வந்துடு அத்தையை.”

அத்தையை அழைத்துக் கொண்டு வந்தால், நளினியை அங்கிருந்து கிளப்புவது சிரமமில்லை என்று மனசு உடனே முடிபோட்டது.

"சரி" என்றாள் அவள் ஆர்வத்துடன் "ஒரே கல்லில் இரண்டு மாங்காய் அடிக்கப் பார்க்கறேன்..."

அவா அவளுடைய கையைப் பரிவுடன் பற்றினார்.

"பெஸ்ட் ஆஃப் லக்! என்னைப் பத்தியும், விக்கியைப் பத்தியும் அனாவசியமா கவலைப்படாதே... நாங்க சமாளிச்சுப்போம்!"

அவள் பஹதூரிடமும், ருக்மிணியிடமும் ஆயிரம் முறை கவனமாக இருக்கும்படி சொல்லிவிட்டு, விக்கிக்குப் புரிந்த விதத்தில் புத்தி சொல்லி மறுநாளே கிளம்பினாள்.

தஞ்சாவூர் போய்ச் சேர்ந்தபோது, அத்தை க்ஷணித்துப் போன உடம்புடன் படுத்த படுக்கையாய் இருப்பதைக்கண்டு அதிர்ச்சி ஏற்பட்டது. சமையல் வேலையைக் கவனிக்க ஒரு அம்மாள் இருந்தாள். நளினி பள்ளிக்கூடத்துக்குச் சென்றிருந்தாள்.

"என்ன அத்தே உங்களுக்கு...? எனக்கு ஏன் முன்னாலேயே தெரியப்படுத்தல்லே?" என்று அவள் படபடத்தாள்.

"படுக்கையிலே தள்ளாதுன்னு நினைச்சுண்டிருந்துட்டேன். கர்ப்பப்பையிலே கட்டியாம்... ஆபரேஷன் பண்ணனும்ங்கறா..."

"டில்லிக்கு அழைச்சிண்டு போயிடறேன் உங்களை. அங்கே வசதியா இருக்கும்!"

"வேண்டாம்... வேண்டாம்... இங்கே ஒண்ணும் வசதிக்குக் குறைச்சலில்லே. எத்தனைப் பெரிய ஆஸ்பத்திரி இருக்கு! லேடி டாக்டரும் தெரிஞ்சவ. நா ஆஸ்பத்திரியிலே இருக்கும் போது நளினியைப் பார்த்துக்க நீ இருந்தா தேவலைன்னு நினைச்சேன்..."

"நளினி எப்படியிருக்கா அத்தே?"

"மத்தியானம் சாப்பிட வருவா பாரேன்."

நளினியைப் பார்த்ததும் ஒரு திகைப்பும் பெருமிதமும் பிரவாகமாக நெஞ்சை நிறைத்தன. ஆறு மாதங்களில் நம்ப முடியாத அளவுக்கு ஒரு வளர்த்தியும், மெருகும் தெரிந்தன.

"எப்படியிருக்கே பாட்டி?" என்று கேட்டபடி உள்ளே நுழைந்தவள். மாலதியைப் பார்த்துச் சட்டென்று நின்றாள். மறுவினாடி விருட்டென்று வெளியேறினாள்.

❖❖❖

22 அத்தியாயம்

பள்ளிக்கூடத்திற்கு நாழியாகிவிட்டது என்கிற பரபரப்புடன் நளினி தயாராகிக் கொண்டிருந்தாள்.

வண்ணத்துப் பூச்சிபோல அசைந்த அவளுக்குத் தலைப் பின்னி விடவும், கண்களுக்கு மையிடவும் துருதுருத்த வேகத்தை மாலதி கட்டுப்படுத்திக் கொண்டாள்.

அவள் வந்து இறங்கியதிலிருந்து இந்த ஒரு வாரமாய் நளினி அவளிடம் கலகலப்பாய் இதுவரை பேசவில்லை.

அத்தையை ஆஸ்பத்திரியில் சேர்த்த பிறகு, ஒவ்வொரு நாளும் வலுக்கட்டாயமாக மாலதி அவளிடம் நெருங்க முனையும் போதெல்லாம், 'எனக்கு உன்னுடைய உறவு தேவையில்லை' என்கிற தினுசில் நடந்து கொண்டாள்.

"சாதம் போடட்டுமா நளினி?"

"வேண்டாம். மாமி போடுவா!"

"தலையைப் பின்னி விடட்டுமா?"

"வேண்டாம் நானே பின்னிக்கறேன்!"

யாரோ முன்பின் தெரியாத, பழக்கமில்லாத விருந்தாளி வந்திறங்கியிருந்தாற்போல், 'வேண்டாத விருந்தாளி நீ' என்கிற பாவனையில், அவளைக் கண்டதும் வேறுபுறம் முகத்தைத் திருப்பிக் கொண்டோ, அல்லது அந்த இடத்தை விட்டே நகர்ந்து

போயோ தன் மௌன எதிர்ப்பைத் தெரிவித்தது மாலதிக்குப் பீதியை ஏற்படுத்தியது.

இப்படி விபரீதமாகத் திரும்பி நிற்கும் பெண்ணை நம் பக்கம் திருப்புவது சாத்தியமா என்று திகைப்பேற்பட்டது.

இன்னும் எத்தனை நாட்கள் அத்தையால் இவளைக் கவனித்துக் கொள்ள முடியும்? பெரிய கண்டத்தைத் தாண்டினாற்போல் பிழைத்திருக்கும் அத்தை இன்னும் எவ்வளவு காலத்துக்கு சாச்வதமாக இருக்கப் போகிறாள்?

அப்பனைப்போல் வீம்பும் கோபமும் கொண்ட இந்தப் பெண்ணுக்குக் கொஞ்சமும் யோசனைத் திறன் இல்லை என்று எரிச்சல் ஏற்பட்டது.

ஆபரேஷன் முடிந்து அத்தை மிகவும் பலஹீனமாக இருந்தாள். அவளிடம் தன் பிரச்சினையைச் சொல்வது சரியில்லை என்று அவள் பேசாமல் இருந்தாள். இந்தப் பெண்ணை நான்தான் சரிபடுத்த வேண்டும் என்று தனக்குள் தீர்மானித்துக்கொண்டாள்.

அங்கு நடுக்கூட்டத்தில் அவள் உட்கார்ந்திருப்பதைக் கவனிக்கவே கவனிக்காத அலட்சியத்துடன் நளினி சமையலறைப் பக்கம் சென்று,

“சாதம் போடுங்கோ மாமி!” என்றாள்.

சமையல்கார அம்மாள் எங்கேயோ போயிருந்ததால், மாலதி எழுந்து சமையலறைக்குச் சென்று தட்டை வைத்தாள்.

அறைக்குள் நுழைந்த நளினி அவளைக் கண்டதும் தயங்கி பின்னால் நகர்ந்து,

“மாமி சாதம் போடட்டும்!” என்றாள்.

“மாமி வெளியிலே போயிருக்கா... நா போடறேன் வா!”

நளினியின் பார்வை வேறுபுறம் திரும்பிற்று.

“வேண்டாம். நானே சாப்பிட்டுக்கறேன்...”

மாலதிக்குச் ‘சுரீர்’ என்று கோபம் வந்தது.

"இதப்பார்... எதுக்கு இப்படி அடம்பிடிக்கறே? நா சாதம் போட்டா உள்ளே இறங்காதா?"

நளினி பதில் பேசாமல் சில வினாடிகள் நின்றாள். பிறகு தலை நிமிராமல் திரும்பி கூடத்தை நோக்கி நடந்தாள். புத்தகப்பையைத் தூக்கிக்கொண்டு அவள் நடக்க யத்தனிக்கையில், மாலதி விரைந்து சென்று அவள் கையைப் பற்றினாள்.

துக்கமும், கோபமும் கட்டுப்படுத்த முடியாமல் பொங்கிற்று.

"நளினி! அதிகப்பிரசங்கித்தனமா நடந்துக்காதே... சின்ன பொண்ணா லட்சணமா நடந்துக்கோ... நா உனக்கு அம்மாங்கற நினைப்பே உனக்கு இல்லையா?"

நளினியின் முகம் சிவந்து போயிற்று. கண்களிலிருந்து நீர் பெருக ஆரம்பித்தது.

"இல்லே ஏன்னா, நீ என் அம்மா மாதிரி இல்லே!"

புதைத்து வைத்திருந்த துக்கம் பீரிட்டாற்போல் நளினியின் வார்த்தைகள் அழுகையுடன் வெளிப்பட்டன.

"என்னுடைய பிரெண்ட்ஸோட அம்மாக்கள்ளாம் அவாளோடயே இருக்கா... பெண்ணை யார்கிட்டயோ விட்டுட்டு அவா மட்டும் ஜாலியா உட்காரல்லே!"

"நா ஜாலியா உக்காந்திருக்கேன்னு யார் சொன்னது?"

"பின்னே எப்படியிருக்கேயாம்...? யாரோடயோ பெரிய வீட்டிலே இருக்கே... கார்லே ஊர்சுத்தறே!"

அவளுக்குத் தூக்கிவாரிப் போட்டது. எப்படி இப்படி விஷமாய் கக்குகிறாள் இந்தப் பெண்? அவள் மிக சிரமப்பட்டு தன் கோபத்தை அடக்கிக் கொண்டாள்.

"நா யாரோடையும் இல்லே நளினி... நா அவரைக் கல்யாணம் பண்ணிண்டிருக்கேன். உனக்கு அவர் அப்பா ஆகணும்..."

பெரிய அழுகையாய் வெடித்தது நளினியிடமிருந்து.

"எனக்கு வேண்டாம் அந்த அப்பா... டில்லி நல்ல ஊர் இல்லே. அங்கேயிருந்து நீயும் கெட்டவளாயிட்டே... இங்கே என் பிரெண்ட் கோமதியோட அப்பா செத்துப் போனார். அவ அம்மா மறுபடி கல்யாணம் பண்ணிண்டாளா?"

நளினியின் முகத்தில் தென்பட்ட அசூயையும் ஆங்காரத்தையும், துக்கத்தையும் கண்டு மாலதி அதிர்ந்து போனாள்.

'கடவுளே, இப்படியெல்லாம் இவளுள் ஆக்ரோஷம் பொங்கும் என்று நமக்கு எப்படித் தோன்றாமல் போய்விட்டது?'

இப்போதைக்கு இவள் நம்மை புரிந்துகெள்ள மாட்டாள் என்கிற நிராசை பலமாக அழுத்திற்று அறிவும் முதிர்ச்சியும் ஏற்படும் சமயத்தில்தான் இவள் நம்மைப்புரிந்து கொள்வாள்! அதற்குள் இருவருக்குமிடையே இடைவெளி வெகுதூரம் நீண்டு விடும் பாலம் கட்ட முடியாதபடிக்கு...

அவள் ஆயாசத்துடன் இறங்கிய குரலில் சொன்னாள்:

"கோமதியோட அம்மாவுக்கும் எனக்கும் சம்பந்தமில்லே. அந்த வித்தியாசமெல்லாம் உனக்கு இப்பப் புரியாது. நா பண்ணியது தப்புக் காரியம் இல்லே. அவர் ரொம்ப நல்லவர் என்கிற காரணத்தாலே, உனக்கு அவர் நல்ல அப்பாவா இருப்பார் என்கிற ஆசையினாலே நா கல்யாணம் பண்ணிண்டேன். நீ எங்களோட இல்லாதது எங்களுக்கு எத்தனை வருத்தம்னு உனக்குத் தெரியாது..."

நளினியின் குரலில் மறுபடி கோபமும் கண்ணீரும் கலந்தன.

"நா உன்னை நம்பமாட்டேன்!"

மாலதி நிதானமிழக்காமல் பதில் சொன்னாள்:

"என்னிக்காவது புரிஞ்சுப்பே! அப்ப நா சொன்னது நிஜம்னு புரியும். சரி, நீ உள்ளே போய் நீயா போட்டுண்டு சாப்பிடு... வெறும் வயித்திலே ஸ்கூலுக்குப் போகாதே!"

"எனக்கு சாப்பாடு வேண்டாம்!"

“நா இப்ப ஆஸ்பத்திரிக்குப் போன உடனே அத்தை கேட்பா, ‘நளினி சாப்பிட்டாளா’ன்னு. நீ சாப்பிடல்லேன்னா வருத்தப்படுவா போய் சாப்பிடு. வீணாப் பிடிவாதம் பீடிக்காதே. நா உன் எதிரிலேயே வரமாட்டேன்!”

நளினி பதில் பேசாமல் சமையல் அறைக்குச் சென்று, அவசரமாக இரண்டு கவளம் அள்ளிப் போட்டுக்கொண்டு பள்ளிக்குக் கிளம்புவதை ஆற்றாமையுடன் அவள் கவனித்தாள்.

ஆஸ்பத்திரிக்கு அத்தையைப் பார்க்கச் சென்ற போதும் மனத்தில் விழுந்த அடி. ரணமாக வலித்தது.

“என்ன முகமெல்லாம் என்னவோ மாதிரி இருக்கு...? உடம்பு சரியில்லையா...?” என்று அத்தை கேட்டபோது,

மழுப்பலாகத்தான் சிரிக்க முடிந்தது.

“நளினி சகஜமாப் பழகறாளா...?”

அத்தையின் கவனத்திலிருந்து எதுவும் தப்பாது என்கிற உணர்வில் அவள் விரக்தியுடன் சிரித்தாள்.

“இந்த ஜென்மத்திலே எங்கிட்ட நெருங்க மாட்டாள்னு தோணறது அத்தை!”

அத்தை சற்றுநேரம் கண்ணை மூடியோசனையில் இருந்தாள். கண்களைத் திறக்காமலே கனிவுடன் சொன்னாள்:

“இது ஒரு இரண்டுங்கெட்டான் வயசு மாலு!”

“அவ ஆயுசு முழுக்க ஒரு இரண்டுங்கெட்டானாத்தான் இருக்கப் போறா அத்தை! என்னைப் புரிஞ்சுக்கவும் போறதில்லே... மன்னிக்கவும் போறதில்லே!”

குரல் தழுதழுத்துக் கண்களில் நீர் நிறைந்தது. ‘நான் தோற்றுப்போனேன்’ என்று அத்தையிடம் ஒப்புக்கொள்ள வேண்டிய நிலையை நினைத்துக் கூச்சம் ஏற்பட்டது.

அத்தைக் கண்ணைத் திறந்து அவள் கையைப் பற்றினாள்.

“சரியாயிடுவாள். கொஞ்சம் பொறுமையாயிரு!”

“எத்தனை நாளைக்கு உங்களாலே பார்த்துக்க முடியும் அத்தை? உங்க உடம்பு இருக்கிற நிலையிலே...?”

“எனக்கு ஒண்ணுமில்லே... கொஞ்சநாள் ஓய்வெடுத்துண்டா சரியாயிடுவேன். இந்த வண்டி ஓடறவரைக்கும் அவளைக் கவனிச்சுப்பேன். மெள்ள மெள்ள அவளும் மாறிடுவா கவலைப்படாதே... அவளாகவே உங்கிட்டே வரேன்னு சொல்வா, பாரேன்!”

“எனக்கு நம்பிக்கையில்லே!”

“உனக்கே உன்மேல நம்பிக்கையிருக்கணும் மாலு!”

“கொஞ்ச நாள் முந்திவரை இருந்தது. இப்ப இல்லே!”

அத்தை யோசனையுடன் அவளைப் பார்த்தாள்.

“மத்தபடி எப்படியிருக்கே...? சௌக்கியமா இருக்கியா? மாப்பிள்ளைப் பிரியமா இருக்காரா?”

“பிரியத்தோட சொரூபம் அவர்!”

அத்தை சிரித்தாள்.

“அந்த சொரூபத்தை நா இன்னும் பார்க்கல்லே!”

“அவர்தான் இங்கே வரதா இருந்தார். அதுக்குள்ளே நா வரும்படியா போச்சு!”

❖❖❖

அத்தியாயம் 23

அத்தைக்குத் தையல் பிரித்து வீட்டிற்கு அழைத்து வந்து பதினைந்து நாட்கள் ஓடிவிட்டன. அத்தை மெல்லத் தேறி வந்தாள். வீட்டிற்குள் அதிக சிரமமில்லாமல் நடக்க ஆரம்பித்தாள். இன்னும் பதினைந்து நாட்களில் பழைய தெம்பு வந்துவிடும் என்று தெம்பாகச் சொன்னாள்.

மாலதிக்கு வைத்தீச்வரனின் நினைவும், விக்கியின் நினைவும் அடிக்கடி வந்தன. எப்படியிருக்கிறார்களோ என்கிற கவலை நமச்சலெடுத்தது. வைத்தீச்வரனிடமிருந்து ஒரே ஒரு கடிதம்தான் வந்திருந்தது. அவர்கள் இருவரும் இவ்வளவு தூரம் அவள் மனத்தை ஆக்கிரமித்திருந்தது வியப்பை அளித்தது. அவளுடைய மனநிலையை யாரும் புரிந்துகொள்ள மாட்டார்கள் என்று தோன்றிற்று.

அன்றைய வாக்குவாதத்திற்குப் பிறகு அவளாக நளினியுடன் வலியச்சென்று பேசுவதைக் குறைத்துக்கொண்டாள். அவளிடம் ஏதும் விளக்கப்போனால் அதற்கு விபரீதபலன் தான் ஏற்படும் என்று தோன்றிற்று. அத்தை வீட்டிற்கு வந்ததிலிருந்து நளினி சற்று சமாதானமாகிப் போனதுபோல் நடந்துகொண்டாள். அவள் சாதம் போட்டால் முரண்டு பண்ணாமல் சாப்பிட்டாள். அத்தை சொல்வது போல் இவளைக் கொஞ்சம்விட்டுப் பிடித்துத்தான் பார்க்க வேண்டும் என்று தோன்றிற்று. இந்த நிலையில் டில்லிக்கு வந்து இருங்கள் என்று இருவரையும் கூப்பிட்டால், மறுபடியும்

வேதாளம் மேலே ஏறிவிடும் என்கிற பயத்தில் பேசாமல் இருந்தாள்.

"இன்னும் ஒரு வாரத்திலே நா கிளம்பணும் அத்தை... டிக்கெட் வாங்கிடணும்" என்று ஒருநாள் அவள் சொல்லிக்கொண்டிருந்த சமயத்தில், வைத்தீச்வரனிடமிருந்து தந்தி வந்தது.

'விக்கியின் உடல்நிலை அபாயமாக இருக்கிறது' என்கிற வாக்கியத்தைப் படித்து அவள் அதிர்ந்து போனாள்.

'நாம் கிளம்புகிற சமயத்தில் நன்றாகத்தானே இருந்தான்... என்ன ஆகிவிட்டது' திடீரென்று என்று மனசு பதைத்துப் போயிற்று.

"நா உடனே கிளம்பணும் அத்தை!" என்றாள் அவள் சங்கடத்துடன். அறையின் மூலையில் உட்கார்ந்து ஹோம் வொர்க் செய்து கொண்டிருந்த நளினி சட்டென்று நிமிர்ந்து உட்கார்ந்தாள்.

"என்ன சமாசாரம் மாலு?" என்றாள் அத்தை கவலையுடன்.

"விக்கிக்கு... அந்தப் பிள்ளைக்கு ரொம்ப உடம்பு சரியில்லையாம். ஆபத்தான நிலைமைன்னு எழுதியிருக்கு. நா நாளைக்கு மெட்ராஸுக்குப் போய் ப்ளேன்லே போயிடறேன். அவர் பாவம் தனியாத் திண்டாடிப் போவார்!"

அவளையே உன்னிப்பாகக் கவனித்துக் கொண்டிருந்த நளினி, தன் புத்தகங்களைச் சரேலென்று அள்ளிக்கொண்டு அடுத்த அறைக்குப் போவதை அவள் சில வினாடிகள் கழித்துதான் உணர்ந்தாள்.

"நீங்க தான் அவளைச் சமாதானப்படுத்தணும் அத்தே!" என்றாள் அவள் சோர்வுடன்.

"நீ பாட்டுக்குக் கிளப்பு, ஆண்டவன் மேல பாரத்தைப் போட்டுட்டு!"

மறுநாள் அவள் கிளம்கிற சமயத்தில் நளினி அறையை விட்டு வெளியிலேயே வரவில்லை.

விமான நிலையத்திலிருந்து டாக்ஸியில் விரைந்து வீட்டிற்குள் நுழைந்ததும், நடுக்கூடத்தில் அமர்ந்திருந்த வைத்தீச்வரனைப் பார்த்து அவள் திடுக்கிட்டாள்!

எத்தனை இளைத்துவிட்டார் இந்த ஒரு மாதத்தில்!

அவளைப் பார்த்ததும் அவர் முகத்தில் மெலிதாக ஒரு பிரகாசம் ஏற்பட்டதாக அவளுக்குத் தோன்றிற்று.

அவளைக் கண்டதும் அவர் எழுந்தார்.

“ஆ, வந்துட்டியா மாலதி... குட்!” என்றார்.

அவரது நீட்டிய கரங்களை அவள் பற்றிக்கொண்டாள்.

“என்ன ஆச்சு விக்கிக்கு!”

“என்னென்னவோ ஆயிடுத்து...” என்றார் அவர் மெல்லிய குரலில்.

“உங்கிட்ட அவனுக்கு எத்தனைப் பிடிப்பு ஏற்பட்டுப் போச்சுன்னு நீ கிளம்பிப் போனப்பறம்தான் புரிஞ்சுது. நீ இல்லேன்னு தெரிஞ்சு சாப்பிடவும், குளிக்கவும் ரொம்ப முரண்டு பண்ணுவான். எங்கிட்டக் கொஞ்சம் சொன்னதைக் கேட்பான். பஹதூர், ருக்மிணியாலே சமாளிக்க முடியல்லே. குளிப்பாட்டும்போது காத்துப்பட்டுதா என்னன்னு தெரியல்லே... சளிப் பிடிச்சது... தொடர்ந்து ஜுரம் வந்தது. ‘ஃப்ளூரஸி நிமோனியா’ன்னு அதிகமாகி, இதயத்தையும் பாதிச்சுக் குளறுபடி ஆயிடுத்து!”

அவருடைய குரல் துயரத்தில் கரகரத்திருந்தது. அவள் கலங்கிப் போனாள்.

“எனக்கு ஏன் எழுதல்லே? அவனுக்கு உடம்பு சரியில்லேன்னு தெரிஞ்ச உடனேயே எனக்குத் தெரிவிச்சிருக்க வேண்டாமா?”

“ஆமாம்; தெரிவிச்சிருக்கணும். ஆனா, இங்கேயாவது சகாயத்துக்கு ஆட்கள் இருக்கா... அங்கே உன் அத்தையைக் கவனிக்க யாருமில்லேன்னா கஷ்டமாச்சேன்னு தயங்கினேன். நீயும் வந்துட்டேனா நளினியை யார் பார்த்துப்பான்னு யோசிச்சேன்...”

“நீங்க இத்தனை யோசிக்கிறதுக்கு நா என்ன அத்தனை அந்நியமாப் போயிட்டேனா...? விக்கிக்கிட்ட எனக்குப் பாத்தியதை இல்லையா? இந்த இரண்டரை வருஷமா அவனை என் சொந்தப் பிள்ளையாட்டம் பார்த்துண்டிருக்கேன்!”

“எனக்கு அது தெரியும் மாலதி!”

“இல்லே, நிச்சயமா தெரியல்லே!” என்றாள் அவள் உணர்ச்சிவசப்பட்டு.

“தெரிஞ்சிருந்தா நீங்க படற அளவு கவலை நானும் படுவேன்னு புரிஞ்சிண்டிருப்பேள்...”

“பிளீஸ் மாலதி, ஃபர்கெட் இட். நா தந்தி கொடுத்து தானே வந்திருக்கே?”

அவள் மௌனமாக பஹதூர் கொண்டு வந்து கொடுத்த காப்பியைக் குடித்தாள். இனம்புரியாத துக்கம் தொண்டையை அடைத்தது.

இவர் இன்னும் என்னை நெருக்கமாக நினைக்கவில்லை, தன்னைச் சேர்ந்தவளாகப் பாவிக்கவில்லை என்கிற எண்ணம் தடுமாற வைத்தது.

“விக்கி எங்கே இருக்கான்? வீட்டிலேயா, ஆஸ்பத்திரியிலேயா?”

“ஆஸ்பத்திரியிலே!”

“இப்பவே போகலாம், வாங்கோ!”

அவர் அவளைச் சமாதானப்படுத்த முயன்றவர்போல் அவள் தோளை அணைத்தபடி நடந்தார்.

காரில் செல்லும்போது அவள் கேட்டாள்:

“டாக்டர் என்ன சொல்றார்?”

அவர் தலையை அசைத்து உதட்டைப் பிதுக்கினார்.

அவள் நம்பமுடியாத அதிர்ச்சியுடன் உட்கார்ந்திருந்தாள்.

இந்த இரண்டரை வருஷங்களில் ஒரு உடல் உபாதையும் இல்லாமல் இருந்தான். ஒரே மாதத்தில் எப்படி உதட்டைப் பிதுக்கிற அளவுக்கு நிலைமை மோசமாயிற்று?

"அதிக நாள் தாங்காது மாலதி... வியாதியோட போராட அவனுக்கு உடம்பிலேயும் மூலையிலேயும் வலுவில்லே. நிதானமா யோசிச்சுப் பார்க்கும்போது. அவன் போயிடறதுதான் நல்லதுன்னு தோணறது. இருந்தான்னா அவனுக்கும் கஷ்டம், பார்த்துக்கறவாளுக்கும் கஷ்டம்!"

"எனக்கொண்ணும் கஷ்டமில்லே!" என்றாள் அவள் அவசரமாக.

"நீயும் நானும் சாச்வதமில்லே மாலதி!"

அவளுக்குச் சமாதானமாகவில்லை. துக்கம் சுமையாய் அழுத்திற்று. அவள் கைப்பட்ட மாத்திரத்தில் குரல் கேட்ட வினாடியில் தசைகள் எல்லாம் இளகி விக்கியின் முகத்தில் விரியும் கோணல் சிரிப்பு நினைவுக்கு வந்தது. கைகளை வெகு கஷ்டப்பட்டுக் கோர்த்து நமஸ்தே சொல்வதும், அவள் சாதம் ஊட்டும்போது, சந்தோஷத்துடன் உடம்பை எகிறிக் குதிப்பதும் ஞாபகம் வந்து கண்களில் நீரை வரவழைத்தது.

அவளது ஆத்மார்த்த பிரியத்தைச் சந்தேகமில்லாத ஆர்வத்துடன் ஏற்றுக் கொண்ட முதல் பிரக்ருதி அவன். நேசத்தினால் ஜகத்தை வளைக்கலாம் என்ற அவளது சவாலுக்குத் தயக்கமில்லாமல் பதில் சொன்ன ஒரே ஜீவன் அவன்!

அவன் போய்விட்டால் தன் வாழ்வின் ஆதாரசுருதிகளில் ஒன்று நழுவிவிடும் என்று அவளுள் கலக்கமேற்பட்டது.

மௌனமாக வண்டியை செலுத்திக் கொண்டிருந்த வைத்தி, திடீரென்று நினைவுக்கு வந்தவர் போல் கேட்டார்:

"அத்தைக்கு இப்போ உடம்பு எப்படி இருக்கு?"

"இப்பத் தேவலை. நடமாடிண்டிருக்கா."

"நளினி எப்படியிருக்கா? கொஞ்சம் சமாதர்னமாகியிருக்காளா?"

"ஊஹூம்... விபரீதமா மாறியிருக்கா இப்ப. டில்லியைப்பத்தி உள்ள பயத்தைவிட, எம்மேலே கோபமும் வெறுப்பும் அதிகமாப் போயிருக்கு..."

"ஏன்?" என்றார் அவர் வியப்புடன்.

அவளுக்குக் குரல் தழுதழுத்துப் போயிற்று.

"நா சுயநலமாப் போயிட்டேன்னு அவளுக்குக் கோபம். அவளை அனாதை மாதிரி எங்கேயோ விட்டுட்டு, நா யாரோடையோ ஜாலியா கார்லே சுத்திண்டிருக்கிறதா அவ கற்பனை செஞ்சிண்டிருக்கா..."

"புவர் கிட்!" என்றார் வைத்தீச்வரன், யோசனையுடன்.

"என்னை நீ கல்யாணம் பண்ணிண்டதாலே உன் பிரச்சினை அதிகமாகியிருக்கு மாலதி... எனக்கு உன்னை நினைச்சா கஷ்டமா இருக்கு. வாட் ஹாவ் யூ கெய்ண்ட்..."

இவரால் என்னைப் புரிந்துகொள்ளவே முடியாது என்கிற ஆயாசத்துடன் அவரைப் பார்த்து அவள் மெலிதாகப் புன்னகைத்தாள்.

"எங்கேயாவது ஒரு பாலன்ஸ் இல்லாம இருக்காது. ஒரு விதத்திலே நஷ்டம்னா மற்றொரு விதத்திலே லாபம் இருக்கும். எனக்கு இதைப்பத்தின கவலையெல்லாம் இல்லே. கல்யாணத்தை நா ஒரு வியாபார ஒப்பந்தமா நினைக்கல்லே..."

"எனக்கு இன்னும் நிச்சயமா தெரியல்லே மாலதி, நீ எடுத்த முடிவு சரிதானான்னு..."

"நீங்கள் அதற்கு ஒப்புக்கொண்டது தவறு என்று நினைக்கிறீர்களா?" என்று கேட்கத் துடித்த நாவை அவள் அடக்கிக் கொண்டாள். இப்பொழுது எந்த வாக்குவாதத்திலேயும் இறங்க மனசு தயாராக இருக்கவில்லை.

ஆஸ்பத்திரியின் பெரிய கேட்டைத் தாண்டி வண்டி உள்ளே செல்லும்போது, எதிர்த்தாற்போல் திரும்பிய ஒரு ஃபியட்டைப் பார்த்து அவள் திகைத்தாள். ஸ்டியரிங் வீலை ஒருகையால் பிடித்து. இன்னொரு கையால் வைத்தீச்வரனுக்குக் கையை உற்சாகமாக அசைத்துவிட்டு விரைந்தாள் ஊர்மிளா.

அதை அங்கீகரிப்பதுபோல் வைத்தீச்வரன் லேசாகத் தலையை அசைத்தார்.

பிள்ளையைப் பார்க்க வந்திருப்பாளோ என்கிற கேள்வி வியப்பைத் தந்தது. முன்பில்லாத அக்கறை இப்பொழுது ஏற்பட்டுவிட்டதா...? வைத்தீச்வரனிடம் இதைப்பற்றி கேட்பது அநாகரிகம் என்று தோன்றிற்று.

ஊர்மிளாவைக் கண்டதில் எந்தவித பாதிப்பும் ஏற்படாதவர் போல் வைத்தீச்வரன் மௌனமாகக் காரை நிறுத்திப் பூட்டி, “வா!” என்று முன்னால் நடந்தார்.

லிஃப்டில் ஏறி துப்புரவாக இருந்த ஸ்பெஷல் வார்டுக்குள் நுழைந்து கட்டிலில் கிடந்த விக்கியின் உருவத்தைப் பார்த்ததும் அவளுக்குத் தூக்கி வாரிப்போட்டது.

பிரேதம்போல இருந்தான். ஏற்கெனவே சூம்பியிருந்த கையும் காலும் சதைப்பற்றே இல்லாமல் ஒடித்து, மடித்துப் போட்டக் குச்சிகளைப்போல ஒட்டிப்போய் கிடந்தன...

கட்டுப்படுத்த இயலாமல் அவள் கண்களில் நீர் பெருகிற்று.

முகம் வெளுத்துக் கண்கள் மூடிய நிலையில் படுத்திருந்த அவனருகில் சென்று அவள் அவனது நெற்றியை வருடினாள்.

“விக்கி!” என்றாள் மிருதுவாக. “நா வந்திருக்கேன் விக்கி...”

முகத்தின் தசைகள் மெள்ள மெள்ள இளகின. மிகப் பிரயாசைப்பட்டு அஷ்டகோணலாய் ஒரு புன்னகை மலர்ந்தது. மெல்ல வாய் திறந்து சிரிப்பாய் பரிணமித்தது.

அவள் உணர்ச்சிவசப்பட்டுப் போனாள். அவனது தோளையும், சூம்பிய கைளையும் பரிவுடன் வருடினாள், வைத்தீச்வரன் அருகில் நிற்கும் பிரக்ஞையே இல்லாமல் அவனைக் கொஞ்சினாள்.

“எப்படியிருக்கே கண்ணு? சமத்தா இருக்கியா? சாப்பிடறியா...?”

அவளுடைய அதீதமான உபசரிப்புக்கும், கவனத்துக்கும் காத்திருந்தாற்போல் விக்கி சிரிப்புடன் கொஞ்சலை

ஏற்றுக்கொண்டான். பிறகு திடீரென்று அழ ஆரம்பித்தான். அவள் ஆதங்கத்துடன் அவன் கன்னங்களை வருடினாள். கண்ணைத் துடைத்தாள்.

"அழாதே விக்கி, நா எங்கேயும் போயிட மாட்டேன். உங்கிட்டயேதான் இருப்பேன்..."

அவன், 'நீ பொய் சொல்கிறாய்' என்கிற தினுசில் தலையை அசைத்தான்.

"இங்கேயேதான் இருப்பேன். பிராமிஸ்!"

சற்று நிதானித்து அவன் முகத்தில் மறுபடி புன்னகை படர்ந்தது.

அப்பொழுது தான் நினைவு வந்தவள் போல் அவள் வைத்தீச்வரனைப் பார்த்தாள். அவருடைய கண்கள் கலங்கியிருந்தன. அவளைப் பார்த்துக் கனிவாகப் புன்னகைத்து, அவளது இடையை அணைத்து அவர் நின்றபோது அவள் நெகிழ்ந்து போனாள்.

"நா இங்கேயே இருக்கேன்... மாத்து டிரஸ்ஸும் சாப்பாடும் பஹதூர்கிட்டே அனுப்புங்கோ!" என்றாள்.

"அவசியமில்லே மாலதி! ஸ்பெஷல் நர்ஸ் போட்டிருக்கேன்."

"நர்ஸெல்லாம் வேண்டாம். நானே இருக்கேன். நா இருக்கவேண்டியது இப்ப ரொம்ப அவசியம்!" என்றாள் அவள் பிடிவாதமாக.

"நீ அநாவசியமா உன்னைக் கஷ்டப்படுத்திக்கிறே மாலதி!"

அவள் சோர்வுடன் அவரைப் பார்த்தாள். "இந்த மாதிரி நீங்க பேசறதுதான் எனக்குக் கஷ்டமா இருக்கு. உடம்பு சரியில்லாத பலகீனநிலையிலே அவன் ரொம்ப அரண்டு போயிருக்கான். நா அவன் கூட இருக்க வேண்டியது ரொம்ப அவசியம். நேசத்தைத் தவிர அவனுக்கு நீங்களோ நானோ என்ன கொடுக்க முடியும் சொல்லுங்கோ?"

"ஓகே உன் இஷ்டம்..."

அவர் அறையை விட்டுக் கிளம்பும்போது அவள் சொன்னாள்:

"இவனும் என் குழந்தை!"

அவர் நன்றி தெரிவிக்கிறார்போல் அவள் கையைப்பற்றி அழுத்திவிட்டு, "நீ வந்து விட்டது எனக்கு எவ்வளவு பெரிய நிம்பதி என்று என்னால் விவரிக்க முடியாது!" என்று ஆங்கிலத்தில் சொன்னார்.

❖❖❖

அத்தியாயம் 24

நாட்கள் மிகமிக மெதுவாக ஊர்ந்தன. விக்கியின் நிலை நாளுக்கு நாள் மோசமாகிக் கொண்டு வந்ததை அவள் துயரத்துடன் கவனித்தாள்.

“நீங்கள் வந்த பிறகு விக்கியிடம் பெரிய மாற்றம் தெரிகிறது” என்று டாக்டர் வியந்தார்.

“அதற்கு முன்பு வியாதியுடன் போராடவே விருப்பம் இல்லாதவன் போல இருந்தான். இப்பொழுது வெகு தீவிரமாகப் போராடுகிறான், தன்னம்பிக்கை வந்தது போல்...”

இத்தனைப் போராட்டத்திற்கும் பலன் இல்லாமல் போவதைக் கண்டு அவளுக்குத் துக்கமேற்பட்டது. அவள் தஞ்சாவூருக்குக் கிளம்பிப் போனபிறகு, சாப்பிடுவதையும், பால் குடிப்பதையும் நிறுத்திவிட்டான் என்று பஹதூர் சொன்னான். பட்டினி கிடந்தே பலகீனமான உடம்பில் ஜுரமும் சேர்ந்து, இப்பொழுது விபரீதமாகிப் போன நிலையில் அவன் தவிப்பது கண்றாவியாக இருந்தது. தஞ்சாவூருக்கு அவள் கிளம்பியிராவிட்டால் இன்று இவன் மரணத்துடன் போராடிக் கொண்டிருக்க மாட்டான் என்கிற உணர்வு அதிர்ச்சியைத் தந்தது. அவளிடத்தில் மூளை வளர்ச்சியில்லா இந்தப் பிள்ளை வைத்திருந்த அபிமானம் நம்பமுடியாததாக இருந்தது.

சாப்பாட்டையும், தூக்கத்தையும், வெளியுலகத்தையும் மறந்து அவள் இரவும்-பகலும் அவன் பக்கத்திலேயே இருந்தாள்.

அந்த வார்ட் சிப்பந்திகளும், நர்ஸ்களும், டாக்டர்களும் அவளைக் கண்டு அதிசயிப்பதை உணராத தீவிரத்துடன் அவள் இயங்கினாள். அவளுடைய அத்தனைப் பராமரிப்புக்குப் பணியாமல் விக்கியின் நிலை மோசமாகி வந்தது. புலன்கள் எல்லாம் ஓய்ந்து மெல்ல மெல்ல சுவாசம் அடங்கிப் போயிற்று.

எதிலோ தோற்றுப்போனதுபோல் அவளை பெரிய சோகம் அழுத்திற்று மௌனமாக அவளருகில் வந்து நின்றிருந்த வைத்தி, தாங்க முடியாதவர் போல் அவள் முதுகை சமாதானமாகத் தட்டிவிட்டு வெளியேறினார்.

அவள் வெகுநேரம் தன்னுள் மூழ்கிய சோகத்துடன் அமர்ந்திருந்தாள்.

சடலத்தை அகற்றவும், கணக்கு வழக்கைத் தீர்க்கவும் ஆஸ்பத்திரி சிப்பந்திகள் வந்துவிட்டதைக் கண்டு அவள் திடுக்கிட்டு எழுந்து வைத்தீச்வரனைக் கூப்பிட வெளியே வந்தாள்.

அறையை ஒட்டிய ஆள் அரவமில்லாத ரேழியில் அவளுக்கு முதுகுப்புறம் காட்டிய அணைப்பில் வைத்தீச்வரனும் ஊர்மிளாவும் இருந்தார்கள்.

கேவல்களுக்கிடையில் ஊர்மிளாவின் வார்த்தைகள் ஆங்கிலத்தில் ஒலித்தன.

“இனிமேல் எனக்குத் தாங்காது வைத்தீ! பைத்தியம் பிடித்து விடும் போல் இருக்கிறது. தப்பு நடந்துவிட்டது பிளீஸ், ஹெல்ப் மீ! ஐ நீட் யூ!”

அவள் நிதானமாக அறைக்குத் திரும்பினாள். மேற்கொண்டு ஆகவேண்டிய காரியத்தைக் கவனித்தாள். கணக்கு வழக்குகளைத் தீர்த்து, விக்கியைப் போர்த்தி வீட்டிற்கு எடுத்துப்போகத் தயாராக்கி...

தன்னுடைய நிதானத்தைக் கண்டு அவளுக்கே அதிசயமாக இருந்தது. திடீரென்று மனசில் ஒரு மயான அமைதி பூத்தாற்போல்

பிரமையேற்பட்டது. விக்கியின் மரணத்தோடு வைத்தீச்வரனின் மனைவியாக வாழ்ந்த சொற்பகால வாழ்க்கைக்கு அஸ்தமனம் ஏற்பட்டுப் போயிற்று என்று நிச்சயமாகத் தோன்றிற்று.

அவளையும் வைத்தீச்வரனையும் பிணைக்கும் இழையாக இருந்த விக்கி போன பிறகு, வேறு எந்த இழை மீண்டும் பாலமாக இணைக்கும் அளவிற்குப் பலமாக இருக்கும்...?

நாடகத்தில் ஒரு சிறிய பாகத்தை ஏற்க வந்தவள் அவள். அந்த பாகம் முடிந்த பிறகும் தொடர்ந்து மேடை மேல் நின்றால் யார் ரசிப்பார்கள்...? 'ஓ, நான் பெரிய பாகத்தை ஏற்க வந்தேன்' என்று மன்றாடினாலும், யார் அவள் விருப்பத்தை அனுசரிக்கப் போகிறார்கள்?

இந்தக் காவியத்துக்கு ஆரம்பித்திலிருந்தே கதாநாயகி ஊர்மிளாதான் என்று எனக்கு எப்படித் தோன்றாமல் போய்விட்டது?

'எனக்கு இன்னும் நிச்சயமாகத் தெரியல்லே மாலதி, நீ எடுத்த முடிவு சரிதானான்னு!'

வைத்தீச்வரனின் குழப்பத்துக்கு இதுதான் காரணம்... அவளிடம் பூரணமாக நெருங்காததற்கும் இதுதான் காரணம்!

"பிளீஸ், ஹெல்ப் மீ! ஐ நீட் யூ"

சுவாபாவீகக் கருணையுள்ளம் கொண்ட வைத்தீச்வரன் இந்த வார்த்தைகளினால் பாதிக்கப்படாமல் இருப்பாரா? அதுவும், பெற்ற குழந்தையை வீட்டில் வைத்துப் பார்த்துக் கொள்ள முடியாது என்று பகிரங்கமாகப் பிரிந்து போனவள் மீது தனக்கேதும் கோபமில்லை என்று ஒத்துக்கொள்பவர். அவளது இன்றைய நிலையைக் கண்டு பச்சாதாபப் பட மாட்டாரா...?

அந்த மாதிரியான ஓர் இக்கட்டில் நான் இங்கு இருப்பது அவருக்குத்தான் சுமை. சொல்லவும் முடியாமல், மெல்லவும் முடியாமல் அவர் தவிக்கப் போகும் தவிப்பை நான் எப்படிப் பார்த்துக் கொண்டிருப்பேன்?

'இந்தக் கல்யாணத்தினால் உனக்கு என்ன லாபம்?'

திரும்பத் திரும்ப மண்டையில் அடிக்கிறார் போல் கேள்வி ஞாபகம் வர, அவள் அதிர்ந்தாள்.

'சூன்யம்' என்று அவள் ஏமாற்றத்துடன் சொல்லிக்கொண்டாள்.

விக்கி கூட ஏமாற்றிவிட்டான். வைத்தீச்வரனின் பிரியத்தைச் சம்பாதிக்க முடியவில்லை. நளினி கைநழுவியே போய்விட்டாள்.

நேசம், பிரியம் இவையெல்லாம் வெறும் வார்த்தைகள் மிடில்கிளாஸ் பிரமைகள். சத்யத்தின் ரேகை ஒரு துளி அவற்றின் மேல் பட்டிருந்தால்கூட இப்படிப்பட்ட விளைவு இருக்காது...

நான் தோற்றுப் போனேன்.

சாதாரணத் தோல்வி இல்லை இது கசையடித் தோல்வி மீண்டும் எழ முடியாதபடி!

எனக்கு மனித இயல்புகள் புரியவில்லை. சம்பவங்களின் தாத்பரியங்கள் புரியவில்லை. பிறந்ததிலிருந்து இன்றுவரை ஏதோ கற்பனைத் தேரில் மிதந்து கற்பனை வாழ்வு வாழ்ந்து வந்திருக்கிறேன்... இந்தக் கற்பனையில் உதித்த எண்ணங்களை லட்சியங்கள் என்று, சத்தியம் என்று என்னை நானே ஏமாற்றிக் கொண்டிருக்கிறேன்.

விஞ்ஞான ரீதியான மனித இயல்புகள் இயங்கும் என்று நான் எதிர்ப்பார்த்தது எனது அறியாமையால்... ஆக்கபூர்வமான எண்ணங்களுக்கு ஆக்கபூர்வமான முடிவு தான் இருக்க வேண்டும் என்று நினைத்தது பேதமையால். எ பாஸிட்டிவ் ஆக்ஷன் மே ஆல்ஸோ ஹாவ் எ நெகடிவ் ரியாக்ஷன்....!

அத்தை இதற்கு வெகு சுலபமாகக் காரணம் சொல்லி விடுவாள்.

விதி - தலைவிதி...

'ஆதியும் அந்தமுமில்லா அருவமாய் நிற்கும் ஏதோ ஒரு சக்தியின் ஆட்டுவித்தல் இது' என்பாள்.

'துக்கிரி ஜாதகம் உன்னுடையது. அதில் மங்களத்தை எப்படி எதிர்பார்க்கலாம்' என்பாள்.

துக்கம் விசாரிக்க வந்த கும்பல் ஓயும் வரை அவள் பொறுமையாக இருந்தாள். விக்கி இல்லாத வீட்டில் தான்ஒரு அநாவசிய சுமையாக நிற்பது போல் வினாடிக்கு வினாடி அதிக உறுத்தல் ஏற்பட்டது. தன்னுள் மூழ்கிப் போன துக்கத்துடன் கனவில் மிதப்பவரைப் போல் வளைய வந்த வைத்தீச்வரனைப் பார்க்கப் பார்க்க அவளுக்கு தாங்க முடியாத விசனம் ஏற்பட்டது.

அவர் மேல் அவளுக்கிருக்கும் அபிமானத்தை யார் புரிந்துகொள்வார்கள் என்று திகைப்பேற்பட்டது. அந்த அபிமானத்திற்காகவே, விளைவுகளைப் பற்றிய யோசனையே இல்லாமல் பந்தத்தை ஏற்படுத்திக்கொண்டது தனக்கு மட்டுமே புரியும் என்று அவள் சொல்லிக்கொண்டாள். தன்னுடைய பிடிவாதமான முடிவு எத்தனை அசட்டுத்தனமானது என்று இப்பொழுது புரிந்தது.

'யோசிச்சுப் பாத்தியா? முதல் பெண்டாட்டி அதே ஊர்லே உசிரோட இருக்காங்கறே!'

யோசித்தே பார்க்கவில்லை என்று இப்பொழுது தெரிந்தது. அத்தைகிருக்கும் யோசனைத் திறன் கூட நமக்கில்லை.

யோசனை செய்ய முடியாத அளவுக்கு வைத்தீச்வரனிடம் மனசு வசமிழந்து போயிருந்தது.

அதுதான் காரணம்!

அந்த அளவுக்கு வைத்தீச்வரன் அவளிடம் வசமிழந்து போகாதது தான் அவள் போட்ட கணக்குத் தப்பாகிப் போனதற்குக் காரணம்.

இந்த விஷப்பரீட்சையினால் எனக்கு தோல்வி மட்டுமில்லை; மிகப்பெரிய நஷ்டம்!

நளினியின் நேசத்தை முழுவதும் இழந்துவிட்டேன் அதைத் திரும்பப் பெறுவது சாத்தியமா! காலம் கடந்திருக்குமோ...?

அடுத்த இரண்டு மூன்று நாட்களுக்குள் அவள் இருப்புக்கொள்ளாமல் தவித்தாள். கூடத்து மூலை மேஜையில்

இன்னமும் மதர்த்த அலட்சியச் சிரிப்புடன் வீற்றிருந்த ஊர்மிளாவின் புகைப்படத்தைப் பார்க்கும் போதெல்லாம் சொல்லிக்கொண்டாள்;

'என்னுடைய வேலை முடிந்தது. நீயே வந்து பொறுப்பெடுத்துக் கொள்! வைத்திக்கு உன்மேல் விரோதமில்லாதது உன்னுடைய அதிர்ஷ்டம்!'

வைத்தீச்வரன் வழக்கத்தைவிட அதிகமாக வேலையில் ஆழ்ந்து போனார். வீட்டிற்குத் தாமதமாக வரும் போதெல்லாம் ஊர்மிளாவைப் பார்த்துவிட்டு வருகிறார் என்று அவளுக்குத் தோன்றிற்று.

"ஒரு மாசமா வேலையை சரியா கவனிக்க முடியாததாலே நிறைய அரியர்ஸ் சேர்ந்துப் போச்சு. எல்லாத்தையும் அவசரமாக் கிளியர் பண்ணியாகணும் நா சாயந்திரம் வர நாழியாகும்" என்று அவர் அன்று காலை சொல்லிவிட்டுப் போனார்.

விக்கி இறந்து போனதிலிருந்து மனதில் தீர்மானமாகிப் போயிருந்த முடிவின்படி அவள் தன் சாமான்களை மூட்டைக் கட்டினாள். ஒரு கடிதம் எழுதி வைத்தீச்வரனின் பார்வையில்படும்படி வைத்துவிட்டு, டாக்ஸிக்குப் போன் செய்து வண்டியேறும்போது திகைத்து நின்ற பஹதூரிடம்,

"வீட்டைப் பார்த்துக் கொள் பஹதூர்! நான் ஊருக்குப் போகிறேன்" என்றாள்.

சட்டென்று அதிர்ச்சியில் கலங்கிப் போன முகத்துடன் அவன்,

"சீக்கிரம் வந்துவிடுங்கள் மேம் ஸாப்! நீங்கள் இல்லாவிட்டால் ஸாபுக்கு ரொம்பக் கஷ்டம்" என்றான்.

எத்தனைப் பாமரத்தனமாகப் பேசுகிறான் என்று நினைத்துச் சிரிப்பு வருகையில் கண்களில் நீர் நிறைந்தது.

சந்தேகம் கண்களில் நிழலாட, "சீக்கிரம் வந்து விடுங்கள்!" என்றான் அவன் மறுபடியும்.

அதற்கு நேரடியாகப் பதில் சொல்லாமல், "வீட்டையும் ஸாபையும் நீதான் கவனித்துக் கொள்ள வேண்டும் பஹதூர்"

என்றபோது துக்கம் தொண்டையை அடைத்தது. டாக்ஸியில் கிளம்பியதும் கண்களிலிருந்து நீர் கட்டுக்கடங்காமல் பெருகிற்று.

விமானத்தில் சென்னைக்குச் சென்று, அங்கிருந்து தஞ்சாவூருக்கு ரயிலில் சென்று அத்தை வீட்டை அடைந்ததும், அத்தைக்கு ஏற்பட்ட அதிர்ச்சி முகத்தில் நன்றாகத் தெரிந்தது. அறைக்குள்ளிருந்து வெளிப்பட்ட நளினியின் விழிகள் வியப்பில் விரிந்தன.

"வா மாலு!" என்றாள் அத்தை தன்னை சமாளித்துக் கொண்டு.

"என்ன இது, திடீர்னு?"

அவள் விரக்தியுடன் சிரித்தாள். "நா எடுக்கற முடிவெல்லாம் இப்படித்தான் திடீர்னு இருக்கும் அத்தை, உங்களுக்கு அதிர்ச்சி தரும் படியா! இதுதான் கடைசி அதிர்ச்சி. இனிமே இருக்காது!"

அத்தையின் முகத்தில் கவலை தெரிந்தது. நளினி அறைக்குள் முழுவதும் சென்று மறைந்து கொள்ளாமல் கதவோரத்தில் தயங்கி நின்றாள்.

"எனக்குப் புரியல்லே, மாலு! அந்தப் பிள்ளை எப்படியிருக்கான்?"

"அவன் போயிட்டான் அத்தே?"

கண்களை மறுபடி கண்ணீர் நிறைத்தது.

"எல்லாரும் ஆச்சரியப்படறா. ஒரு மூளை வளர்ச்சியில்லாத, உபயோகமில்லாம படுத்த படுக்கையா இருந்த குழந்தைக்காக, அதுவும் மூத்தாளுடைய குழந்தைக்காக நா இத்தனை துக்கப்படறேன்னு அவன் ஒருத்தனுக்குத்தான் என் மனசு புரிஞ்சிருந்தது. பிரியத்தைப் பிரியமா ஏற்கத் தெரிஞ்சது. அவன் போனப்புறம் எனக்கு அங்கே வேலை இல்லேன்னு தோணிப் போச்சு அத்தே!"

"ஏன் மாலு?"

அவள் தலையைக் குனிந்துகொண்டாள். எப்படி விளக்குவது என்று புரியாமல் விழித்தாள்.

"எனக்கு எப்படிச் சொல்றதுன்னு புரியல்லே அத்தை! எனக்கும் அவருக்கும் நடுவிலே அவன்தான் பாலமா இருந்தான். அவன் போனப்புறம் நா அவருக்கு அநாவசிய சுமையாப் போயிடுவேன்னு பயம் ஏற்பட்டுப் போச்சு!"

"என்ன மாலு இது...? அவர் ரொம்ப நல்லவர்னு சொல்லுவே! ஒரு வேலைக்காரிக்குச் சீட்டைக் கிழிச்சு அனுப்புற மாதிரி உன்னை அனுப்பிச்சுட்டார்னா, என்ன மாதிரி மனுஷன் அவர்!"

"நானாவே வந்துட்டேன் அத்தை! அவர் அனுப்பிலே. அவர் இப்பவும் ரொம்ப நல்லவர் அதுக்காகவே, அவருக்குச் சங்கடத்தைக் கொடுக்கக் கூடாதுங்கறதுக்காகவே வந்துட்டேன்... விக்கியோட அம்மா மறுபடி அவரோட சேரணும்னு ஆசைப்படறா அத்தை, இந்த மாதிரி பிரச்சினையெல்லாம் வரும்னு நீங்க ஆரம்பத்திலேயே பயந்தேள். எனக்குத்தான் புத்தியில்லாமல் போச்சு. என் மனசிலே இருக்கிற பிரியத்தினாலே எல்லாரையும் ஜெயிச்சுடலாம்னு நினைச்சேன். நா போட்ட கணக்குத் தப்பாப் போச்சு! பெத்த பெண்ணே என்னை விரோதியா பாவிக்க ஆரம்பிச்சுட்டா. இதைவிட வேற என்ன நஷ்டம் வேணும்? யோசிச்சுப் பார்த்தேன். நா அங்கே தொடர்ந்து இருந்தேன்னா அவருக்குச் சங்கடம் அதோட நளினியும் என் கைநழுவிப் போயிடுவா. அவளையும் இழக்க நா சித்தமாயில்லே அத்தை!"

அத்தை திகைப்பு மாறாமல் அவளைப் பார்த்தபடி சில வினாடிகள் உட்கார்ந்திருந்தாள்.

"வைத்தீச்வரனை நீ ரொம்பப் பிரியப்பட்டுக் கல்யாணம் பண்ணிண்டே மாலு!"

"அந்தப் பிரியம் என்னிக்கும் இருக்கும் அத்தை! சில பேருக்குக் கொடுப்பினை அவ்வளவுதான்னு நீங்க சொல்ல மாட்டேள்?"

அத்தையின் முகத்தில் அதீதமான துயரம் தெரிந்தது.

"நீ அவரைப்பத்தி ஒவ்வொரு தடவை வரும்போதும் ரொம்ப உசத்தியாய்ப் பேசும்போது, வாஸ்தவத்திலே உனக்காக

நா சந்தோஷப்பட ஆரம்பிச்சிருந்தேன், கடைசியிலே உனக்கு விடிவு கிடைச்சுப் போச்சுன்னு!"

"இப்பவும் அவர் ரொம்ப உசத்தியானவர் தான் அத்தே!"

அத்தை யோசனையுடன் பார்த்தாள்.

"அப்படிப்பட்டவராயிருந்தா நிச்சயம் நீ நினைக்கிற மாதிரி நடந்துக்க மாட்டார்!"

"நடத்துக்கறாரோ இல்லையோ, அவருக்கு என்னாலே சங்கடம் எதுக்கு? அதைத் தவிர, இந்தப் பெண் காட்டற துவேஷத்தைப் பார்த்துக் கலங்கிப் போயிட்டேன். கடைசியிலே யாருக்குமே வேண்டாதவளாப் போயிட்டேன்னா எப்படித் தாங்கறதுன்னு கிளம்பி வந்தேன்."

"வயசுக் கோளாறினாலே ஒரு பெண் அசட்டுப் பிசட்டுன்னு நடந்துண்டான்னா, அதுக்கா நீ புருஷனை விட்டுட்டு ஓடி வந்துடறதா?"

அத்தையின் புலம்பல்களைக் காதில் போட்டுக்கொள்ளாமல், அவளையே ஒரு குற்ற உணர்வுடன் பார்த்தபடி வளைய வரும் நளினியைக் கவனிக்காமல், அவள் தன் யோசனைகளில் மூழ்கியவளாய் இருந்தாள். வைத்தீச்வரனைப் பற்றின யோசனையை முற்றிலும் அகற்ற முயன்று தோற்றுப் போனாள்.

சமையலில் புகுந்து அடுப்படியில் நிற்கையில், தோட்டத்து ரோஜாப் பதியன்களைக் கவனிக்கையில் அவருடைய கனிவான பார்வை குறுக்கே நின்றது. சாப்பாடு பிடிக்காமல், தூக்கம் வராமல் மனசில் ஏற்பட்ட வெறுமையுடன் மௌனமாக வீட்டைச் சுற்றும்போது, தன் நிலையை நினைத்து அவளுக்கே திகைப்பேற்பட்டது... திடீரென்று சொல்லாமல் கொள்ளாமல் கிளம்பி வந்த தன்னைப் பற்றி என்ன நினைப்பார் என்று மனசு குறுகுறுத்தது.

அன்று மாலை ரோஜாச் செடியைக் கிளறிக் கொண்டிருந்தபோது,

"நா தண்ணி விடட்டுமா அம்மா?" என்ற நளினியின் குரல் கேட்டு அவள் திடுக்கிட்டு நிமிர்ந்தாள்.

நளினியின் முகத்தில் புதிதாக ஒரு மென்மையும் ஆர்வமும் சிநேகபாவமும் தெரிந்தன. சட்டென்று பிரவாகமாய் ஒரு சந்தோஷம் மனத்தை நிறைத்தது.

"விடேன்!" என்றாள் அவள் சிரித்தபடி. நளினி உற்சாகமாக அங்குமிங்கும் பரபரத்தாள். சடாரென்று பூட்டியிருந்த மனக்கதவு திறந்தாற்போல், அவளது சின்ன உலகத்துப் பெரிய விஷயங்களையெல்லாம் அவிழ்க்கையில் லேசாகிப் போன மனசுடன் மாலதி பாத்திகளைக் கொத்தினாள்.

"அம்மா, யாரோ வந்திருக்கா!"

அவள் திடுக்கிட்டு நிமிர்ந்தாள்.

வைத்தீச்வரன் பார்வையில் கனிவைத் தேக்கி அவளையே பார்த்தபடி...

அவர் சுயநினைவு வந்தவர் போல் நளினியின் தோளை அணைத்துப் புன்னகைத்தார்.

"யாரோ இல்லே! உங்கப்பா வந்திருக்கேன்!" சரேலென்று மாலதியின் பக்கம் திரும்பி மெல்லிய கோபம் இழையோடக் கேட்டார்:

"இத்தனை அசட்டுத்தனமா உன்னாலே எப்படி நடந்துக்க முடிஞ்சுது? உன்னுடைய துணை எனக்கு இப்பத்தான் அதிகமாத் தேவைன்னு புரியல்லியா?"

உணர்ச்சிவசப்பட்டு அவள் பதில் சொல்ல முடியாமல் நின்றாள்.

அவர் சமாதானமாக மெல்ல நகைத்தார்.

"சர்மா சொன்னமாதிரி உன் மூளை மழுங்கித்தான் போச்சு! இல்லேன்னா என்னைப்பத்தி இத்தனை மோசமா கணிச்சிருக்கமாட்டே. ஊர்மிளாவோட நா மறுபடியும் இணைஞ்சு போவேன்னு எப்படி எதிர்பார்த்தே...? விக்கி ஒருத்தனுக்குத் தான் மனுஷாளுடைய தராதரம் புரியும்னு நினைச்சியா?"

அவள் திக்குமுக்காடிப் போனாள். வார்த்தைகள் வராமல் திணறுகையில், அவர் நளினியின் கைகளைப் பற்றிச் சொன்னார்:

"உங்கம்மாவுடைய ஸ்டண்ட் எனக்குப் புரிஞ்சுப் போச்சு! உங்க ரெண்டு பேரையும் டில்லிக்கு வாங்கோன்னு கூப்பிட மாட்டேன் பயப்படாதே! ரொம்ப நாளா டிரை பண்ணின மாத்தல் கிடைச்சுடுத்து மெட்ராசுக்கு! மெட்ராஸ்னா உனக்கு அலர்ஜி இல்லையே?"

நளினி வெட்கச் சிரிப்புடன் தலையசைத்தாள்.

"வாங்கோ மாப்பிள்ளை!" என்றபடி அத்தை வந்தாள். "நீங்க வருவேள்னு எதிர்பார்த்தேன்."

வைத்தீச்வரன் சிரித்தார்.

"உங்க மருமகள் ஏன் இத்தனை அசடாயிருக்கா?"

"அதான் எனக்கும் புரியல்லே!"

மாலதிக்கு அவர்கள் பேச்சு சிரிப்பைத் தந்தது. காரணகாரியத்தின் சுழற்சி இம்மி பிசகாமல் விஞ்ஞான கதியில் தான் இயங்குகிறது என்கிற பிரக்ஞை அளித்த புதிய தெம்பில் மென்மையாகச் சொன்னாள்:

"எனக்குப் புரியற சில விஷயங்கள் உங்களுக்குப் புரியாததாலே!"

முற்றும்

www.ingramcontent.com/pod-product-compliance
Lightning Source LLC
LaVergne TN
LVHW100246051026
849517LV00006B/2005

* 9 7 8 9 3 9 5 2 7 7 7 4 7 *